ஜம்பரும் வேஷ்டியும்

(சிறுகதைத் தொகுதி)

ந. பிச்சமூர்த்தி

Title: Jambarum Veshtiyum

Author: N. Pichamurthy

Language: Tamil

First Published on: 1961

Year of Publication: 2025

Book Format: Paperback

*Page Size: 6inch * 9inch*

Category: Fiction

Subject: Short Stories

No. of pages: 90

ISBN: 978-81-686042-2-3

Published by: Nilan Publishers, Madurai, Tamilnadu, India

பொருளடக்கம்

குறிப்புகளுக்காக

சமர்ப்பணம்

பெ. கோ. சுந்தரராஜனுக்கு

கலையும் பெண்ணும்

வழக்கமான கோடைக்காலத்து நாட்களைப் போன்றதொரு நாள்தான் அன்றும். வேறு புதுமை ஒன்றும் இல்லை.

குமரன் தன் அறையில் உட்கார்ந்திருந்தான். அறை நடுவில், ஒரு கையில்லா நாற்காலியின் மீது முக்கால் நிர்வாணமாய், தலைமயிர் இடுப்பு வரையில் மயில் தோகையைப் போல் புரள ஒரு பெண் உட்கார்ந்திருந்தாள். விரிந்த வாதாங்கொட்டை போன்ற கண்கள்; மதுரையான் கோவில் அரிவாள் போன்ற புருவங்கள்; கிளிபோன்ற அழகு; ராணிபோன்ற கம்பீரம்; அபினிப்பூவைப்போன்ற லாகிரி உண்டாக்கும் தோற்றம்; வாழை போன்ற உடல் மினுக்கும் உருவம்- இவைதான் - சுசீலா, குமரன் மனைவி.

முக்கால் நிர்வாணம் என்றால் நம்பத்தகாததா யிருக்கலாம்; ஆனால் அது முற்றிலும் உண்மை. அவளை அவன் மணந்ததே நம்பத்தகாதது.

தான் மணமான பிறகு கூட அவளுடைய பெற்றோர்களே நம்பாமல் பிரமையடைந்தார்கள் என்றால் சொல்வானேன்! மல்லிகை மொட்டில் சிறைபட்டுக் கிடக்கும் மணத்தை சூரிய கிரணமும் சந்திரனின் தீண்டலும் வலுவில் வந்து விடுவிப்பது போல குமரன் அவளை மணக்க ஏன் முன் வந்தான்? அவள் அழகா அழைத்தது, ஒரு ஊர்த் தேனீயை மற்றொரு ஊர் புஷ்பக்கடை வரையில் இழுத்துச் செல்லும் ரோஜாவின் மணம் போல்? அதுவாக இருக்க முடியாது. அவளைப் பொறுக்கி எடுக்க வந்தவன் அவளுடைய நிறைந்த அழகைப் பற்றிக் கேள்விப்பட்டிருந்தால், குறையைப் பற்றி அறியாமலா இருப்பான்? இவ்விடுகதைக்கு விடையை பெற்றோர்கள் கூட

காணக் கூடவில்லை. சுசீலாவின் தகப்பனார் ஒரு சித்த வைத்தியர். பாம்புப் பிடாரன் விஷத்துடன் விளையாடுவது போல, லிங்கம், பூரம், பாஷாணம் இவைகளுடனேயே தன் காலத்தைக் கழித்து வந்தவர். சித்த வைத்தியத்தின் படிக்கட்டுகள் ஏறி பொன் மாடியில் நுழைய முயன்றவர். அவள் குழந்தையாயிருந்த பொழுது ஒரு நாள் கல்வத்தில் பாஷாணமொன்றை அறைத்துக் கொண்டிருந்தார். பாஷாணத்தை ஏழாவது தடவையாக, பசு நெய்யில் பக்குவம் செய்ய வேண்டிய கட்டம், இடது கையால் நெய்யைக் கல்வத்தில் விட்டுவிட்டு, வலது கையால் பிடி குழவியை எடுத்து ஒரு தரம் அறைத்தார். ரொம்பக் கெட்டியாக இருந்தது. இன்னும் கொஞ்சம் நெய் விட்டார். திட்டத்திற்கு மேல் விழுந்து விட்டது. வலது கையால் பிடி குழவியைத் தூக்கி எடுத்து அறைக்க முயன்றதில் குழவி நழுவி 'தொப்'பென்று கல்வத்திலே விழுந்தது. பாஷாணம் சிதறி எங்கிலும் வாரி அடித்தது.

பக்கத்திலிருந்த குழந்தை சுசீலா கண்ணைத் துடைத்துக் கொண்டாள். ஒரு தடவை, இரண்டு தடவை, மூன்று தடவை.

வைத்தியர் திகிலுடன் அவளை நோக்கித் திரும்பினார். ஆனால் வாய்த் திறக்கவில்லை.

"அப்பா! நீ எங்கே இருக்கிறாய்? எரிபூச்சி விழுந்தது போல் கண் எரிகிறதே" என்றாள் குழந்தை.

பதில் சொல்ல தகப்பனார் உதட்டை அசைத்தும் வார்த்தை வரவில்லை. "அப்பா, ஏன் பேசமாட்டேன் என்கிறாய்" என்று கையை நீட்டிக் துளாவினாள்.

'இதோ" என்று கிட்ட நகர்ந்தார்.

"எட்ட உட்காரு என்று அடித்துக் கொண்டேனே கேட்டியா. மருந்து கண்ணீல் பட்டுவிட்டாற் போல் இருக்கிறது."

அதிலிருந்து போன பார்வை தான். அவள் தகப்பனாருக்கு பாஷாணத்திற்கு மாற்றுத் தெரியுமே ஒழிய கண்ணில் விழுந்த பாஷாணத்ததிற்கு மாற்று தெரியாது. நாளா வட்டத்தில் பார்வை திரும்பிவரக் கூடும் என்று ‘குருட்டாம் போக்கில்’ நம்பியிருந்தார். குழந்தைக்கு ஏழு வயதில் ஏற்பட்ட ஈனம் பதினெட்டு வயது வரையில் மாறவில்லை. குழந்தைப் பருவம் மாறி இளங்கொடியாகிப் பொன் போல மின்னிய பிறகும் கூட, கணவன் கிடைக்கவில்லை. கண்ணற்றவளை மணப்பவன் யார்?

ஆனால் ஒருவன் முன் வந்தான் தானாகவே. அந்த ரகசியத்தைத் தெரிந்து கொள்ள பெற்றோர்கள் ஆவல் கொள்ளவில்லை. மணச் சடங்கு முடிந்து பெண் குமரனுடன் வாழத் தொடங்கிய பிறகுதான் அதைப் பற்றி அடிக்கடி நினைத்தார்கள். சுசீலாவும் அதைப் பற்றியே நினைத்தாள். எவ்வித ஈனமும் அற்ற கணவர் தன்னை ஒரு கபோதியை மணந்தது ஒருபுறம் அதிசயமாயும், முதலில் பயமாயும் இருந்தது. ஆனால் வெகு சீக்கிரத்தில் பயம் நீங்கிவிட்டது. கார்காலத்து மழையைப் போன்ற அன்பு வெள்ளம் பயத்தின் சுவட்டைக்கூட அடித்துக் கொண்டு போய்விட்டது. கோவில் கோபுரத்தில் கும்மாளித்துக் கொஞ்சி விளையாடி ஒன்றின் தலையை மற்றொன்று கொத்தி ஆடி விளையாடிப் புணர்ந்து, பின்னர் இன்ப வெறியில் இறகுகளைத் தட்டிப் பறந்து செல்லும் காட்டுப் புறாக்களின் வாழ்க்கையே தன்னுடையதாக இருக்கக் கண்டு இன்புற்றிருந்தாள். இருந்த போதிலும் தன் மண விஷயம் மட்டும் புரியாமலேயே இருந்தது.

குமரன் ஒரு மிராசுதார் என்று மட்டுமே அவளுக்குத் தெரியும். வீட்டிற்குப் பண்ணை ஆட்கள் வருவதும் போவதும், எரு, தழை, மாடு, மகசூல் என்ற பேச்சுக்களுமே அவள் காதில் விழுந்தன. கணவருக்கு வேறு தொழிலோ உத்யோகமோ உண்டென்று அவள் நினைக்கவில்லை.

ஆனால் குமரன் ஒரு ஓவியன். ஓவியம் அவனுடைய உயிரின் வேட்கை; பிழைப்பன்று. சிறுவனாக இருந்ததிலிருந்தே- இயற்கையிலேயே- அவன் ஓவியன். நேரான கோடு என்பதே சிருஷ்டியில் ஏன் காணோம்? கண்ணில் படுவதெல்லாம் வளைவும் சாய்வுமாய் இருப்பானேன்? சிறுவயதில் என்று இந்த எண்ணங்கள் முளைத்தனவோ அன்று முதலே அவன் ஓவியன். பின்னும் கொஞ்சம் வயதடைந்ததும், இரண்டொரு ஓவிய மாணவர்களின் தோழமை பூண்டு, ஓவியக் கலா சாலையில் படிக்காமலேயே அக்கலையில் மூழ்கிவிட்டான். அவன் மேதையையும் கைத் திறத்தையும் கண்டு தோழர்கள் பிரமித்தனர்.

குமரன் மணத்திற்குப் பிறகு அவன் ஓவியக் கலை கலா நிபுணர்களின் கவனத்தைக் கவர்ந்தது. சென்னையில் நடந்த ஓவியக் கண்காட்சியில் குமரன் தீட்டிய 'குத்து விளக்கு' என்னும் ஓவியத்தைப் பற்றிப் புகழாத ரஸிகனோ பாமரனோ ஓவியனோ இல்லை.

ஒரு துளசி மாடம். துளசி கதிர்விட்டுப் பூத்திருந்தது. எதிரே ஒரு பெண் இரண்டு கையையும் சேர்த்துக் கிண்ணி போல் வைத்திருந்தாள். அதுதான் தாழி. அதில் ஒரு பொறச்சுடர் எரிந்து கொண்டிருந்தது. இதுதான் 'குத்துவிளக்கு' என்னும் ஓவியம். துளசியின் பச்சை வர்ணமும், கதிரின் கொத்தமல்லி வர்ணமும், பெண்ணின் சிகப்பு வர்ணமும், சுடரின் செஞ்சோதியும் உயிருடன் திகழ்ந்தன.

ரஸிகர்கள் ஓவியத்தைக் கண்டு பிரமித்தார்கள். நிபுணர்கள்அதில் தனிச் சிறப்பைக் கண்டு இன்னும் அதிகமாகப் பிரமித்தார்கள். விளக்கின் சுடர் சுடராகத் திகழ்ந்த போதிலும் அதில் கண்ணில்லாதது போன்ற ஒரு சூன்யத்தை உணர்ந்தார்கள். ஒரு சாரர் சுடரில் காணும் இவ்வெறுமை ஒரு குறை என்றார்கள்; மற்றொரு சாரார் அதுவே அதன் தனிச் சிறப்பும் அழகும் என்று சாதித்தார்கள். மழை நின்றும் தூவானம் விடாதது போல, கண்காட்சி முடிந்த பிறகும்

பத்திரிகைகளில் இந்த ஓவியத்தைப் பற்றிய விவாதம் தொடர்ந்து நடந்தது.

மறு வருஷத்துக் கண்காட்சிக்கு குமரன் மற்றொரு ஓவியத்தை அனுப்பினான். 'கபோதி' என்று மகுடமிடப்பட்டிருந்தது. ஒரு பெண் கண்ணை அகல விரித்து சந்திரனைப் பார்த்துக் கொண்டு உட்கார்ந்திருந்தாள். ஓவியத்தின் உயிராக விளங்கியது அதன் கண். ஆனால் ஒரு அதிசயம். அகல விரித்த கண்ணில் பார்வை இல்லை. ஊன்றிப் பார்க்காதவர்களுக்குக் கூட இது எளிதில் புலனாயிற்று. ஆனாலும் ஓவியத்தின் ஒளியும் நிழலும் கலவையும், பெண்ணின் தாங்கொணாத் துயரமும், பார்வையின் சூன்யமும் அற்புதமாய் படத்தில் தளும்பிக் கொண்டிருந்தன.

'இந்த ஓவியரின் கண்ணில் ஏதோ குறை இருக்கிறது. இல்லா விட்டால் ஏன் அடுத்தடுத்து சுடரில் சூன்யத்தை ஒரு வருஷமும் கண்ணில் பார்வை இன்மையை மற்றொரு வருஷமும் சித்தரிக்க வேண்டும்?' என்றார் ஒரு ஓவிய நிபுணர்.

அந்த வருஷமும் கண்காட்சியில் முதல் பரிசு குமரனுக்கே கிடைத்தது. ஆனால் பத்திரிகைகளில் மட்டும் இவன் ஓவியத் திறமையைப் பற்றிய கருத்துக்கள் இரண்டு கட்சியாகவே வலுவடைந்து ரணக்களப்பட்டது.

பரிசு தகாது என்று ஒரு சாரார். வேறு எதற்கும் தகாது என்று மற்றொரு சாரார். சூன்யமான பார்வையால் படத்திற்கு இழுக்கு என்று ஒரு கட்சி; அதுவே சிறப்பு என்று எதிர்க்கட்சி; ஓவியத்தில் புதுவழி என்ற ஆரவாரம்.

இப்பொழுது மூன்றாது வருஷ ஓவியக் கண்காட்சி. அதற்கு ஓவியம் அனுப்பும் வேலையில்தான் தற்பொழுது குமரன் ஈடுபட்டிருந்தான். தன் அறை நடுவில் ஒரு கையில்லா நாற்காலியின் மீது முக்கால் நிர்வாணமாய் அவன் மனைவி சுசீலா தலைமயிர் மயில் தோகையைக் போல் புரள உட்கார்ந்திருந்தாள். அவளை போன்ற ஓவியம் குமரன் ரெட்டில் தீட்டிக் கொண்டிருந்தான். ஒரு வாரமாய் அதே

வேலை. அதே மோஸ்தரில் அவள் தினம் வந்து உட்காருவாள். முதலில் குமரன் அவள் பக்கத்தில் உட்கார்ந்து கொஞ்சிக் குலவுவான். பிறகு ஓவியத்தைத் தீட்ட ஆரம்பிப்பான். தீட்டும் பொழுது தென்றலைப் பற்றியோ, வெப்பத்தின் கொடுமையைப் பற்றியோ, அல்லது வேறு எதையாவது பற்றியோ நடுவில் பேசுவான், திருடன் போக்குக் காட்டுவது போல.

ஓவியம் வரைய ஆரம்பித்த நான்காம் நாளில் குமரன் திடுக்கிடும்படி அவள் ஒரு சமயம் பேசினாள். 'துணியாலா ஜன்னலுக்குத் திரை போட்டிருக்கிறீர்கள்? வெய்யில் தாங்குமா?'

ஒரு வேளை சுசீலாவுக்குப் பார்வை வந்துவிட்டதா என்ற எண்ணம் திடீரெனக் குமரன் மனதில் முளைத்தது. இருக்காது வரமுடியாது. இத்தனை வருஷங்களுக்குப் பின்னால் திரும்பும்? ஒருக்கால் தொட்டுப் பார்த்திருக்கலாம் என்று மனதைத் தேற்றிக் கொண்டான்.

இருந்தாலும் மறுநாள் சுசீலா வேறொரு கேள்வி கேட்டாள்-, “இத்தனை நாளாக இங்கு வருகிறேன். ஒன்றும் தெரியவில்லை. இப்பொழுது பார்த்தால் இது என்ன சித்திரம் போடுகிற அறை மாதிரி இருக்கிறதே. நீங்கள் படம் எழுதுகிறீர்களா?” என்றாள்.

‘அதெல்லாம் இல்லையே’ என்று கலப்பற்ற பொய் சொன்னான் குமரன்! ஆனால் மனதிற்குள்ளே இருந்த வேர்ப்புழு முண்டி அரிக்கத் தொடங்கிற்று. ‘பார்வை வந்து விட்டது போல் இருக்கிறதே. இன்னும் ஒருநாள் போதும், படம் முடிந்துவிடும். இந்த வருஷத்துக் கண்காட்சிக்கு மட்டும் அனுப்பி விட்டால் பிறகு பார்த்துக்கொள்ளலாம். அவள் பார்வை பெற்று இதை அனுப்பக்கூடாதென்று விட்டால்?' பதில் ஒன்றும் தோன்றவில்லை. ஆனால் நாளைக்கு நடக்கக்கூடியதென்று கருதி ஆகாயத் தாமரையைக் போன்ற கற்பனைக்காக தன்னை அலட்டிக் கொள்வதா? எதிர்

காலத்தை நிகழ்காலமென்னும் தீயில் சுட்டெரிக்கத் தெரியாதவன் கலைஞன் ஆவானா? என்று கேள்விகள் உள்ளத்தில் எழவும் மூடியைக் கண்ட நாகம் போல் மனது படத்தைச் சுருக்கிப் படுத்துவிட்டது; நல்ல வேளை!

மறுநாள் படம் முடிவடையும் தருணம். அசையாமல் நாற்காலியில் உட்கார்ந்திருக்கும் சுசீலா யானையைப் போல் உடம்பை ஆட்டினாள். 'நீங்கள் பொய் சொல்வதுண்டா?' என்று கோடை காலத்து இடியைப் போல் எதிர்பாராமல் குமுறினாள்.

போன பார்வை மீண்டுவிட்ட நிச்சயம் அக்கேள்வியில் புதைந்திருந்தது. பொய் சொல்லக்கூடிய நிலைமை தாண்டி விட்டது.

'உலகத்திலே எப்பொழுதாவது சொல்லும்படி நேரத்தான் செய்கிறது?'

'உலகத்தில் சரி. என்னிடத்தில்?'

குமரன் பதில் சொல்லவில்லை. படத்தில் ஒரே அடியாக லயித்துக் கண்ணைத் திறந்தான். ஏழடி பின் வாங்கி மனைவி அண்டை வந்து நின்று படத்தையும் அவளையும் மாறிமாறிப் பார்த்தான்.

'நீங்கள் மிராசுதார் என்றீர்களே. படம் எழுதத் தெரியுமா என்ன?'

'எழுதுவேன்.'

'அப்படியானால் பெண் பிள்ளையைத்தான் எழுத வேண்டுமா- அதுவும் இந்த மாதிரி?'

ஆண்பிள்ளை ஓவியக்காரானாயிருந்தால் இப்படித்தான் இருக்கும். வாமகாந்தம் தக்ஷிணகாந்தம் என்று இரண்டு உண்டு. ஒன்று மற்றொன்றைத் தான் தேடும்; தன்னைப் போன்றதுடன் குலவாது. செப்புக் கம்பியும் நாகக் கம்பியும்

சேர்ந்தே மின்சாரம் உண்டாகும். ஒரே இனம் மின்சாரத்தை உண்டாக்காது. ஆண் பெண்ணைப் பற்றி பேசாவிட்டால், சித்தரிக்கா விட்டால் மின்சாரம் போன்ற இன்பம் உண்டாகாது.....

குமரன் ஓவியத்தின் தத்துவத்தைப் பற்றி இன்னும் விரிவாகப் பேசியிருப்பான். பார்வையற்ற பெண் என்னும் காரணத்தினால் ஆளாகத் தகுந்த புள்ளி வேண்டும் என்ற கோணல் கருத்துடனேயே மணந்து விட்டான். பார்வையோ வந்துவிட்டது. தன் எண்ணம் அம்பலமாகி விட்டது. அந்தக் குற்றத்தை மறைப்பதற்காக ஓவியத்தின் தத்துவத்தைப் பற்றி நீளமாக பேசிக்கொண்டே போனால் முக்கிய விஷயம் மறந்து போய் விடக்கூடுமல்லவா? ஆனால் சுசீலாவின் கண் மட்டுமின்றி மனமும் விழிப்புடனேயே இருந்ததினால் அதற்கு சந்தர்ப்பம் சிக்கவில்லை. விறுக்கென்று எழுந்து நிலைக்கண்ணாடியின் முன் போய் நின்று பார்த்துவிட்டு படத்தை உற்றுப் பார்த்தாள்.

'ஆஹா! படம் ரொம்ப நன்றாயிருக்கிறது!'

மனைவி கிண்டலாகப் பேசினதாகத் தோன்றிய போதிலும் ஒரு பாவமும் அறியாதவனைப் போல் 'நான் கொஞ்சம் நன்றாகவே எழுதுவேன் என்று பெயர் வாங்கியிருக்கிறேன். கண்காட்சிகளில் பரிசு அளித்திருக்கிறார்கள்' என்றான் குமரன்.

மறு நிமிஷத்தில் நீலநிற ஆகாயத்தில் கருமேகம் செல்லும் பொழுது பூமியில் படரும் நிழல்போன்ற ஒரு சாயல் அவள் முகத்தில் தோன்றி மறைந்தது.

'பெண்ணை நன்றாக எழுதுவீர்களென்று பரிசாக்கும்! அதற்கு நான் ஆள்.....அதற்குத்தான் இந்த கல்யாணம்! சபாஷ்!' என்று அடுக்கினாள். உண்மையை ஒப்புக்கொள்ள குமரன் என்ன ஹரிச்சந்திரனா?

'அப்படியெல்லாம் நினைக்கும் மூடன் நான் அன்று. கலை சொத்துரிமை பாராட்டுவதில்லை. கலைக்கும் துறவுக்கும்

உறவு உண்டே அன்றி பொருளாதாரத்துடன் இல்லை. இந்த தத்துவம் தெரிந்தால்.....'

குமரன் தன் சமாதானத்தை முடிக்க முடியவில்லை.

'நான் ஒரு விதமான தேவடியாள். அதுதானே உங்கள் கலியாணத்தின் ரகஸியம்!'

'அப்படியெல்லாம் இல்லை. வீணாக பழியை சுமத்தாதே' என்றான் குமரன்.

புளியங்கொம்பைப் போல் அந்த பதிலைப் பற்றிக் கொண்டாள்.

'அப்படியானால் என் மீது கோபம் வர நியாயமில்லை' என்று சொல்லிக்கொண்டே பெண்புலி பாய்வது போல் எழுந்து படத்தைப் பிய்த்து சுக்கு நூறாகக் கிழித்தெறிந்தாள். பங்குனி மாதத்து இளங்காற்றில் பறந்துவிழும் வாதாம் பழுப்பைப் போல ஓவியத் துணுக்குகள் சிதறி விழுந்தன.

குமரன் வாயைத் திறக்கவில்லை. எரிமலை வாயைத் திறந்து கக்கியது போன்ற நிலையில் கலையும் கலைஞனும் கண்காட்சியும் எதிரே நிற்குமா?.....

நேஹால்

1

'உங்களைப் பைத்யமென்றேதான் நினைத்தேன்'

'இப்பொழுது?'

'அப்படியில்லையோ என்ற சந்தேகம் வந்திருக்கிறது. குடியானவனுக்கு- அதிலும் குடியானப் பெண்ணுக்கு படிப்பெங்கே வரப்போகிறதென்று நினைத்தேன். நேஹால் சகலகலாவல்லி ஆகிவிட்டாள்- தங்கள் கருணையால். எருவாருகிற பெண்ணுக்கு ராணி பதவி கிட்டுமா என்று திகைத்தேன். அந்த அதிசயம் நடந்து கூட விடுமோ என்று இப்பொழுது தோன்றுகிறது.'

'உனக்கு சம்மதமா?'

'யானையை எனக்கு இனமாகத் தருகிறேன் என்கிறீர்களே, என்னால் தாங்க முடியுமா?'

'ராஜா உன்னை சீர் கேட்டு விடுவார் என்று நினைக்கிறாயா?'

'இல்லை. சூரியன் எட்டத்திலிருக்கும் வரையில் வயலுக்கு நல்லது தான். வயலிலேயே வந்து கூடாரம் அடிக்கிறேனென்று சொன்னால் எப்படியிருக்கும்?'

'சம்மதம் இல்லை என்றாவது சொல்லி விடேன்.'

‘எனக்குச் சொல்லத் தெரியவில்லை. குழந்தையையே கேட்டு விடுகிறேன்.’

'இரு. அவசரப்படாதே, கடைசியாகச் சொல்ல வேண்டியவளிடம் இப்பொழுதே சொல்லக்கூடாது.’

'உன் அபிப்பிராயத்தைச் சொல்லு.’

‘நீங்களே சொல்லுங்களேன் - நான் சம்மதப்படலாமா?’

‘அட அசட!’ தெரியாமலா உன் குழந்தைக்குப் படிப்பு சொல்லிக் கொடுக்க வந்தேன் என்று நினைக்கிறாய்? எட்டு வருஷத்திற்கு முன்பு ஒரு நாள் உங்கள் தெரு வழியாகச் சென்றேன். உன் வீட்டு வாசலில் ஒரு எருமை மாடு நின்று கொண்டிருந்தது. பின்னால் ஒரு ஒன்பது வயதுச் சிறுமி சாணி நிரம்பிய தட்டுக்கூடை ஒன்றை தலையில் வைத்துக் கொண்டிருந்தாள். இடுப்பிலே ஒரு கந்தல்; கருப்பு சுங்கடி.

தோள் மீது ஒரு பச்சைப் புடவையின் துண்டை மேலாக்காகப் போட்டிருந்தாள். அச்சிறுமியைப் போன்ற அழகியை நான் அதுவரையில் எங்கும் பார்த்ததில்லை. அப்படியே மரமாகி விட்டேன். மறுநிமிஷம் எருமை சாணம் போடும் சமயம். தலையில் தட்டை வைத்தபடியே சிறுமி கைகளை ஏந்தினாள். என்னை அறியாமலே நான் கொஞ்சம் சிறுமியண்டை நகர்ந்து விட்டேன். விரிந்த தாமரை போன்ற கைகளிலே பளிச்சென்று என் கண்ணில் பட்டன சில ரேகைகள். என் ஆச்சர்யம் அளவு கடந்துவிட்டது. அழகின் ராணி என்று நான் கருதிய பெண் உண்மையிலேயே ராணியாவாள் என்று ரேகை சொல்லிற்று. அந்த நிச்சயத்தில் தான் நானே உன் பெண்ணுக்குப் படிப்பு சொல்லித்தர முன்வந்தேன் என்னைப் பைத்யமென்று சொன்ன போதிலும். ரேகை சாஸ்திரம் பொய்யல்லவென்று இப்பொழுது தெரிகிறதா? இவ்வளவும் எதற்காகச் சொல்ல வந்தேனென்றால் இதையெல்லாம் உன்னிடம் முன்பு சொன்னதில்லை. இரண்டாவதாக, என்னை அபிப்பிராயம் சொல்லச் சொல்லுகிறாய் அல்லவா, அதற்காகத் தான். நீ சந்தோஷமாக சம்மதிக்கலாம். இந்த மாதிரி நடப்பதை

எதிர்பார்த்துத்தானே நான் ராஜகுமாரிக்கு வேண்டிய பயிற்சியை உன் பெண்ணுக்கு அளித்து வந்திருக்கிறேன். இன்னுமொன்று, நாமெல்லாம் சம்மதிக்காவிட்டால் கூட- நேஹாலே சம்மதிக்காவிட்டால் கூட - நேஹால் நிச்சயம் ராணியாவாள்.'

'சுவாமி. சரி. உங்கள் ஆசிர்வாதம் இருக்கும் வரை எனக்குத் தைரியம்தான்.'

பேசிக்கொண்டிருந்தவர்கள் முத்கல் நகரத்துக் குடியானவன் ஒருவனும், அதே நகரத்துக் கிழ பிராமணர் ஒருவரும்.

பிராமணர் மேலே சொன்னார். 'இனி நான் தாராளமாக விஜய நகரம் சென்று அரசனைக் கண்டு வரலாம். போய் வரட்டுமா?'

'நீங்கள் வர எவ்வளவு காலம் ஆகும்?'

'இந்த வளர்பிறைக்குள் வருவேன். பௌர்ணிமையன்று பொன்னான செய்தியுடன் வருவேன். பூவை ராஜ வண்டுக்கு அளித்திடுவேன்.'

'எனக்காக இவ்வளவு கஷ்டப்படுகிறீர்களே. உங்களுக்கு நான் என்ன பதில் செய்யப்போகிறேன்?'

'உன்னிடத்தில் உபகாரத்தை எதிர்பார்க்கவில்லை. எனக் கென்னவோ அன்றாட ஜீவனத்திற்குக் கஷ்டம் தான். என் குடும்பம் பெரிது. ஆனால், எனக்கொரு பித்து உண்டு - ரேகை சாஸ்திரம். தினம் இரண்டு கையைப் பார்த்தால் போதும். பணமோ உணவோ தேவை இல்லை. நான் நினைத்தபடி நடந்தால் அதுவே எனக்குப் பணமும், உணவும் சொர்க்கமுமாகும். அந்த பித்து தான் உங்கள் குடும்பத்தில் என்னைப் புகவிட்டிருக்கிறது. யானை வரும் பின்னே, மணி ஓசை வரும் முன்னே. ஞாபகமிருக்கட்டும், பௌர்ணிமையன்று திரும்புவேன்.'

2

ரேகை சாஸ்திரி விஜய நகரை அடைந்து அரசனைக் காண வேண்டியதற்கு ஏற்பட்ட வெற்றிலை பாக்கு, தேங்காய், புஷ்பம், எலுமிச்சம் பழம் முதலியவைகளை வாங்கிக் கொண்டார். வழக்கத்தில் இல்லாத ஒரு பொருளையும் வாங்கினார் - அதாவது விரல் மஞ்சள். இவைகளை எல்லாம் முறைப்படி வைத்து எடுத்துக் கொண்டு அரண்மனைக்கு இடது புறமிருந்த திவான் கச்சேரிக்குச் சென்றார், கச்சேரி பெரிய நாற்பதுகால் மண்டபம். நடுவில் பெரிய பளிங்குமேடை. அதில் வெல்வேட் மெத்தை, திண்டு, திவாசுகள் போடப்பட்டிருந்தன. மையத்தில் திவான் உட்கார்ந்திருந்தார். கச்சேரி நேரம். ஜனங்கள் கும்பல் கும்பலாக தங்கள் வழக்குகளையும் மனுக்களையும் திவானிடம் சமர்ப்பிப்பதும், அவர் தீர்ப்பு கூறுவதுமாக இருந்தது.

இந்த அமளி ஓயும் வரையில் சாஸ்திரி பொறுமையாக இருந்தார். பிறகு திவானுக்கு முன் சென்று வணங்கிவிட்டு தனிமையில் தான் பேச விரும்புவதாகத் தெரிவித்தார். முன்பின் அறியாத ஒருவர் தனிமையில் பேச விரும்புவதற்கு இணங்கலாமா என்று திவான் ஒரு நொடி நேரம் யோசித்தார். சாஸ்திரியின் பக்கத்திலிருந்த சிறப்பு தென்பட்டது. ஒருவாறு சமாதானமடைந்து மண்டபத்தில் இருப்பவர்களை வெளியேறும்படி திவான் உத்தரவிட்டார். மண்டபம் காலியாகி விடவே, தான் வந்த காரியத்தையும் காரணங்களையும் விளக்கி விட்டு அரசனை பேட்டி காண விரும்பினார்.

வெறும் அரசியலாகவோ, குறைபாடாகவோ இருந்திருந்தால் சாஸ்திரியார் சொல்லி முடிப்பதற்குள் திவான் தீர்ப்பு சொல்லியிருப்பார். ஆனால் இது அரசியல் விஷயமன்று. அரசனுடைய அந்தரங்க வாழ்க்கையைச் சார்ந்ததாக இருந்தது. இருந்தாலும் அரசர்கள் அந்தரங்க வாழ்க்கை அரசியல் விளைவுகளை உண்டாக்கலாம். அரசனையும் குடியானப்

பெண்ணையும் கற்பனையில் கூட திவானால் சேர்த்துப் பார்க்க முடியவில்லை. ஆனாலும் தன் எண்ணங்களைத் தனக்குள் அடக்கிக் கொண்டு அரசருக்குச் செய்தி அனுப்பிவிட்டு, சாஸ்திரியுடன் அரண்மனை சென்றார்.

விஜயநகர அரசர் முதலாவது தேவராயர் தன் ஏகாந்த அறையிலிருந்தார். அரை முழுவதும் உயர்ந்த மணம் பரவியிருந்தது. அதற்கு முக்கிய காரணம் பொன்னால் செய்யப்பட்ட பாம்பின் படத்தில் சொறுகப்பட்டு எரிந்து கொண்டிருந்த அம்பர் ஊதுபத்திக் கட்டுத்தான். பகல் பத்து நாழிகையாக இருந்த போதிலும் அரசனுக்குப் பின்னால் கஞ்சுகம் அணிந்த பெண்ணொருத்தி மயில் தோகை விசிறியை அசைத்துக் கொண்டிருந்தாள்.

திவானும் ரேகை சாஸ்திரியும் அறைக்குள் நுழைந்தனர். சாஸ்திரி அரசரை மாமூல் படி வணங்கிவிட்டு, சிறப்பை மரியாதையுடன் நீட்டினார். திண்டின் மேல் சோர்ந்து கிடந்த வலக்கையை எடுத்து நீட்டி தட்டை வாங்குவதற்கு அரசருக்கு இரண்டொரு வினாடி ஆயிற்று. தட்டிலிருந்த சாமான்கள் ஒவ்வொன்றும் தெளிவாய்க் கண்ணில்பட்டன. ஆனால் ஒரு இடத்தில் காலியிருந்தது, மறுகணமே என்ன காணோம் என்பது சாஸ்திரிக்கு விளங்கிவிட்டது. விரலிமஞ்சள் இருந்த இடம் காலி! சாஸ்திரிக்குப் பிராணனே போய்விட்டது!

அதற்குள் அரசன் கையை நீட்டி எலுமிச்சம் பழத்தை கையில் எடுத்துக் கொண்டு, தட்டை வாங்கி ஊதுவத்தி மேஜைமேல் வைத்துவிட்டார். அதற்குப் பிறகு சாஸ்திரி பத்து அடி பின்னால் நகர்ந்து நின்றார். மனம் விரலி மஞ்சள் காணாமற் போனதிலேயே லயித்திருந்தது.

அப்பொழுது திவான் அரசனிடம் நெருங்கி சாஸ்திரி வந்த விஷயத்தைச் சொன்னார்.

நந்தவனமென்றால் எல்லாவிதமான புஷ்பச்செடிகளும் இருக்க வேண்டும் அல்லவா? தேவராயருடைய ஜனானா ஒரு

நந்தவனத்தைப் போல. ஆகவே அவருடைய முகம் மலர்ந்ததில் வியப்பொன்றுமில்லை.

'திவான்பாய், நானே இவருடன் பேசிக்கொள்கிறேன். நீங்கள் கச்சேரிக்குப் போகலாம். தேவையானால் கூப்பிட்டனுப்புகிறேன்.' என்றார் அரசர்.

திவான் மறுமொழி கூறாது தயங்கி வணங்கி விட்டு அறையை விட்டகன்றார். அரசருடைய பேச்சு சாஸ்திரியின் காதில் விழாமலில்லை.

திவான் வெளியில் சென்றதும், அரசர் முத்திரை மோதிரம் அணிந்த ஆள்காட்டி விரலை அசைத்தார். சாஸ்திரி குறிப்பை உணர்ந்து முன்னே நகர்ந்து அரசனுக்கு மறுபடியும் விநயத்துடன் வணக்கம் செலுத்தினார். ‘பண்டிதரே! நீர் ரேகை சாஸ்திரியா?'

'ஆமாம்.'

'அதை நம்பித்தான் இங்கு வந்தீரா?'

'மலரம்பு தழுவாத ஒரு ரதியை நம்பி வந்தேன். என் சாஸ்திரம் உதய வெள்ளியைப் போல.'

'சில நஞ்சைகளில் தழை கொழுத்திருக்கும், அதிலிருந்தே கதிர் ராசி குறைவு என்று நிச்சயம் செய்யலாம்.'

‘சமூகத்தில், சாஸ்திரி சொல்லும் பேச்சில் கடுகளவு மிகை இருந்தாலும் விதிக்கிற நிபந்தனைக்குட்படுகிறேன். ரதி என்றால் புகழ்ச்சி என்று கருதுகிறீர்கள், அவள் வாணியும் கூட.'

'உங்கள் பேச்சு இனிப்பையும் மயக்கத்தையும் தருகிறது. கறுப்பஞ்சாறு போல'

மயில் விசிறி அசைத்துக் கொண்டு நின்றிருந்த பெண் சற்று வேகமாய் விசிறினாள்.

‘பாட அனுமதி கொடுத்தால் நானே தெளிய வைத்து விடுகிறேன்.’

‘ஹூம்.’

‘என் குரலைப்பற்றி உயர்வாய் சொல்லிக் கொள்வதற்கில்லை. ஆகையால் சாகித்யத்தையும் பாவத்தையும் சமூகத்தில் கவனித்தால் போதுமானது.’

வழியோரம் வனமல்லிகை
தேன் கோப்பை திறந்து வைத்து
அழகு பட்டுப் பூச்சி வரும்
அமுதளிப்போம் என்றிருக்க;
கார் முகிலாம் கருவண்டு கள்
வெறியில் சூறிப்பின்றி
பாரிலெங்கும் பறந்து வந்து
கள் கிண்ணியைக் கண்ணுற்றது.
காதல் நயம் காணாமல்
பாய்ந்தக்க மலர்க்கிண்ணியில்!
காதலுக்கு ஏங்கும் மலர்
சாய்ந்ததையோ வேதனையில்!
'சபாஷ் சபாஷ்.... இது யாருடைய பாட்டு?'
கேள்வி காதில் விழாதது போல பண்டிதர் பதிலளித்தார்.
இதை ரதி பாடிக் கேட்க வேண்டும்!’
'பெயரே ரதி தானா?'
'நேஹால்'
‘அழகிய பெயர். நான் கேட்டது வேறொன்று.
பாட்டு யாருடையது?'
'அப்பெண்ணின் கற்பனை.'
‘பெண்ணுடையதா....? சிறிது தெளிவேற்படுகிறது.’

'முற்றிலும் ஏற்பட்டு விடும். ரேகை சாஸ்திரம், ஜோதிஷம் இவைகளை எல்லாம் உலகத்தில் வயிற்றுடன் பிணைத்திருக்கிறார்கள். ஆகையால் எங்கள் பேச்சுக்கு மதிப்பு இல்லை. ஆனால் சமூகத்தின் அந்தரங்கமான ஆளை முத்கல்

நகரத்துக் குடியானத் தெருவில் ஒன்பதாவது வீட்டைப் போய்ப் பார்த்து வரச் சொல்லுங்கள். போனவர் திரும்பும் வரையில் இங்கேயே இருக்கிறேன்.. பிறகு சமூகத்தைப் பார்க்கிறேன்.

'பண்டிதரே! உங்கள் பேச்சே போதுமென்று தோன்றுகிறது. ஆகாய மண்டலத்தில் எத்தனையோ நக்ஷத்திரங்கள் மினுக்குகின்றன. இன்னும் ஒன்று கூடுவதற்கு இவ்வளவு வடிகட்டிப் பார்க்க வேண்டியதில்லை. ஆனால் உண்மையில் பாட்டு வண்டைப் போல் தலையில் ரீங்காரம் இடுகிறது. வண்டைக் கொண்டு வாரும்.'

"பூவைத் தேனீ கருதுவது போல் தாங்கள் கருதலாகாது."

"பண்டிதரே! ரஸமாகவும் பேசுகிறீர். ராணியே ஆக்கி விடுவோம். பாட்டொன்றே எனக்குத் தெளிவு தந்து விட்டது....அதிருக்கட்டும், குடியானத்தெரு என்ற பெண் இருப்பிடத்தை சுட்டிக்காட்டினீரே!''

"ஆம், பெண் குடியானப் பெண் தான். விஜயநகரத்துப் பிரதாப தேவரைத் தவிர வேறு யாருக்கும் நேஹால் தகுதியாக மாட்டாள் என்பது என் நம்பிக்கை. வர்ண தர்மம் தங்களை பாதிக்காது."

'புஷ்பங்களுக்குள் இரண்டே ஜாதிதான், மணம் உள்ளது, அற்றது. நீர் இனிச் செய்ய வேண்டிய காரியம் இதுதான். அரண்மனையிலிருந்து சிறப்பெடுத்துச் சென்று பெற்றோர்களையும் நேஹாலையும் அழைத்து வாருங்கள். இங்கே மணம் முடித்து விடுவோம். அவற்றுடன் இதையும் எடுத்துப்போம். கோல்கொண்டா சுரங்கத்திலிருந்து சமீபத்தில் வந்த வைரம், நேற்று தான் மோதிரம் கட்டி வந்தது. நேஹாலிடம் கொடுங்கள். உங்களையும் மறக்கமாட்டேன், தெரிந்ததா?'

பேச்சு முடிந்ததும் தேவராயர் திவானைக் கூப்பிட்டனுப்புவித்து தன் முடிவையும் உத்திரவையும்

தெரிவித்தார். திவான் பதில் பேசவில்லை. ஆனால் முகத்தில் மலர்ச்சி இல்லை.

'திவான் பாய், ஞாபகமிருக்கட்டும். பொற் தகடொன்றில் அரசி நேஹாலுக்கு என்று பொறித்து நமது முத்திரையுடன் அனுப்பிவிடும்'.

மறுநாள் அரண்மனைக்குச் சேவகன் ஒருவன் பின் தொடர பண்டிதர் விஜயநகரத்தைவிட்டு முத்கலுக்கு கிளம்பினார்.

3

பௌர்ணமி இரவு, நிலவு காய்ந்துகொண்டிருந்தது.

முத்கல் நகரத்தில், குடியானத் தெருவில் வீட்டு முற்றத்தில் தகப்பனும், தாயும் நேஹாலும் உட்கார்ந்திருந்தார்கள். தாயும் தகப்பனும் வெறும் குடியானவர்களல்லவா? சாப்பிட்டுவிட்டு தரையில் பக்கத்துக்கு ஒருவராகப் படுத்திருந்தார்கள். சகலகலா வல்லியான நேஹாலும் எவ்விதக் கலைச் செருக்குமின்றி வெறும் கிராமத்துப் பெண்ணைப் போல விவசாய விஷயமாக அவர்களுடன் பேசிக் கொண்டிருந்தாள். தகப்பனார் பேச்சில் கலந்தது போல தோன்றினாலும் அவர் மனது பௌர்ணமியையும் ரேகை சாஸ்திரியையும் பற்றியே நினைத்துக் கொண்டிருந்தது. சிறிது நேரம் ஆவதற்குள் ரேகை சாஸ்திரியும் அரண்மனைச் சேவகனும் உள்ளே நுழைந்தார்கள்.

'இன்று தானே பௌர்ணிமை' என்று சொல்லிவிட்டு ரேகை சாஸ்திரி சேவகனிடமிருந்த தட்டை வாங்கி தகப்பனண்டை வைத்தார்.

மணம் சொரியும் மலர் மாலைகள், ஒளி சொரியும் ரத்ன ஆபரணங்கள், வேலைப்பாடு மிகுந்த பொன் அணிகள், கோல்கொண்டா வைர மோதிரம், ஒரு பொற்தகடு,

வெற்றிலை, பாக்கு, பழம், தேங்காய், மஞ்சள் அவ்வளவும் இருந்தன.

பெற்றோர்கள் இருவரும் இன்பத்தில் மெய் மறந்தார்கள்.

'தட்டைவிட அதிலிருக்கும் பொற் தகட்டில் அதிக சிறப்பு இருக்கிறது, பார்' என்று சொல்லிக் கொண்டு அதை எடுத்து தகப்பனார் கையில் கொடுத்தார். 'ராணி நேஹாலுக்கு' என்று பொறித்து அரச முத்திரை இடப்பட்டிருந்தது.

உட்கார்ந்து பேசிக் கொண்டிருந்த நேஹால் எழுந்திருந்தாள். கண்ணைக் கட்டிக்கொண்டு விளையாடுகிறவர்களைப் போல் ஒரு வினாடி திசை தெரியாமல் கலவரமடைந்தாள். மறு நிமிஷம் விஷயங்களை ஊகித்துக் கொண்டு விட்டாள். ஆனால் வாய்திறக்கவில்லை.

பெற்றோர்களும் வாய்த் திறக்கவில்லை.

'பௌர்ணமியில் நாளைக்கும் கொஞ்சம் இருக்கிறது. காலையில் எல்லோரும் புறப்பட வேண்டியது தான். தட்டிலிருக்கும் ரத்ன மாலையை நிலவுப் பந்தலின் கீழ் நேஹால் கழுத்தில் அணியுங்கள்' என்றார் சாஸ்திரி.

இனி நேஹாலுக்கு விஷயத்தைத் தெரிவிக்காமல் முடியாதல்லவா? தகப்பனாரும், தாயாரும் சாஸ்திரியும் மாறி மாறி நேஹாலுக்குக் கிட்டிய அதிருஷ்டத்தைப் பற்றி விவரமாய் தெரிவித்தார்கள்.

நேஹால் அப்பொழுதும் சும்மாவே இருந்தாள். தட்டிலிருந்த ரத்னமாலையைக் கையிலெடுத்து மகளுக்கு அணியப் போனார்.

'ஐயா, ஒரு வார்த்தை. இதை அணிந்து கொண்டால் என்ன பொருள்?' என்று ஒன்றுமறியாதவளைக் போல கேட்டாள்.

'இதை அணிந்துகொண்டால் நீ விஜயநகர ராணியாகி விட்டாய் என்று பொருள். நாம் சம்மதித்துவிட்டோம் என்று பொருள். இதற்குப் பிறகு நாம் பிரள முடியாது.'

நேஹால் பதில் சொல்ல ஐந்து நிமிஷத்திற்கு மேலாயிற்று. பூர்ணிமையின் பல்லாக்கு வான வீதியில் வந்து கொண்டிருந்தது. பல்லாக்குத் தூக்கும் போகிகளின் குரலைப் போல் காற்று விட்டு விட்டு ஒலித்தது. ரேகை சாஸ்திரிக்கு இந்தத் தாமதம் தைரிய மூட்டவில்லை. தன் கண் பொய்யா, கை பொய்யா, சாஸ்திரம் பொய்யா என்று கூட நினைக்கத் தொடங்கி விட்டடார். நேஹால் வாய் திறந்ததும் சாஸ்திரி பரபரப்படைந்தார்.

வாய் திறந்தாளே ஒழிய பேசவில்லை. பாடினாள்.

மீனுக்கு முடி சூட்டி
மோனமாய் அரியணையில்
வீற்றரசு செலுத் தென்றல்,
"தண்ணீரும் தானும்
தவிர்க்க ஒண்ணாத் தோழர்கள்
கூற்றுருவே அரசெ" ன்று
கும்பிட்டே சொல்லும்

பண்டிதர் உலுக்கி விழுந்தார். தகப்பனாருக்குப் பொருள்புரியா விட்டாலும், அவள் மனப்போக்கு விசதமாகி விட்டது.

சம்மதிப்பவளானால் வாய் திறவாது, தலையை தொங்கப் போட்டுக் கொள்ள வேண்டியதுதானே!

'நேஹாலுக்கு இஷ்டமில்லையா? இந்தப் பெருமை முயன்றாலும் கிடைக்கக் கூடியதா? வலுவில் வந்திருக்கும்பொழுது சீதேவியை உதறி எறியலாமா?'

"ஐயா, இவ்வளவு பெரிய பாக்யத்தை என்னால் தாங்க முடியாது. அந்தப்புரத்தில் ஐக்யமாகிவிட்டால் அப்பா ஏது,

அம்மா ஏது? முத்கல் நகரத்துக் குடிசை ஏது? அரண்மனைக்கு நீங்கள் வர முடியாது. நானும் அந்தப்புரத்திலிருந்து குடிசைக்கு வரமுடியாது. உங்களைப் பிறகு பார்ப்பதெப்படி? ராஜ போகத்திற்கு என்னை விற்க நீங்கள் துணிந்தாலும் உயிருடன் இருக்கையிலேயே உங்களைச் செத்தவர்கள் போல் கருதும் பாவி நெஞ்சம் எனக்கு இல்லை. "நேஹால் கை விம்மித்தழையும் மார்பின் மீதிருந்தது. கண்களினின்று நீர் தாரையாய் வழிந்தது மறுவினாடி "அம்மா முடியாது, வேண்டாம்" என்று தேம்பிக் கொண்டு போய் கட்டிக் கொண்டாள்.

அந்தப்புரத்து விதிகளைப் பற்றி பெண் சொல்வது சரிதானா என்று தகப்பனார் பண்டிதரைக் கேட்டார்.

"அது சரிதான். ஆனால் கொஞ்சம் நாள் கழிந்த பிறகு அதையெல்லாம் சாமர்த்தியமாக மாற்றிக் கொண்டு விடலாம்."

"சுவாமி அதெல்லாம் நடக்காது. ஆற்றில் சுழல் மிதப்பது அமுக்குவதற்காகத்தான்; மீள முடியாது, உங்கள் எல்லோருக்கும் நான் சொல்வது வருத்தமாய் இருக்கும். வேண்டாம், மன்னித்து விடுங்கள்.'

'உன் கை பொய்யா, சாஸ்திரம் பொய்யா?'

"சுவாமி! எனக்கென்ன தெரியும்? வெறும் குடியானப் பெண்ணை வித்தையின் சிகரத்தில் ஏற்றினீர்கள். கோமகளின் சிம்மாதனத்தையும் அளித்தீர்கள். எனக்குப் பொசிப்பு வேண்டாமா? மன்னிக்க வேண்டும்."

பண்டிதர் பாதத்தில் நேஹால் விழுந்து வணங்கினாள். இரண்டு சொட்டு சூடான கண்ணீர் அவர் பாதத்தில் விழுந்தது.

அதற்குப்பிறகு சிறிது நேரம் சென்றது. நிலைமையில் எவ்வித மாறுதலையும் காணோம். பண்டிதர் ஒன்றும் பேசாமல், சேவகன் சிறப்பைப் பின்னால் எடுத்து வர, குடிசையை விட்டு

விஜயநகரம் கிளம்பினார். மெய்யா, பொய்யா என்று தனக்குத் தானே அவர் சொல்லிக் கொண்டு போனதின் பொருளை சேவகன் எப்படி அறிவான்? இவர்கள் வீட்டை விட்டு வெளியேறிய பிறகு நேஹாலின் தகப்பனாருக்குப் பெரிய கிலி பிறந்து விட்டது. பெரிய இடத்து பகைமையல்லவா?

4

விஜயநகரம் வந்து, தேவராயரின் முன் பண்டிதரும் சேவகனும் நின்றார்கள்.

அவர்களுடைய முகமே எல்லாவற்றையும் ஒப்புவித்துவிட்டது. அரசன் மனம் தீப்பிடித்தது. கடுமையான குரலில் "போன காரியம்?" என்றார்.

பண்டிதர் உடல் உதர, "அந்தப் பெண்ணுக்கு சம்மதமில்லை" என்கிறாள் என்றார்.

"அவள் சம்மதம் தெரிந்து கொள்ளாமலா இங்கே வந்தீர்."

"அதில் எனக்கு சந்தேகம் உண்டாகவில்லை."

"அரண்மனையில் எது எட்டிப் பழமாம்?"

"அந்த அசட்டுப்பெண் அந்தப்புரத்தில் சேர்ந்து போனால் பிறகு தாய், தகப்பனையே பார்க்கமுடியாதே என்ற ஒரே எண்ணத்தால்தான் சம்மதி மறுக்கிறாள்."

"பண்டிதரே! இனி அவள் சம்மதி தேவையில்லை அவள் என்ன காரணத்திற்காக மறுத்தாலும், அழகில்லாமலே இருந்துவிட்டாலும், அவளைக் கைப்பற்றியே தீர்வேன்."

தன் விருப்பத்தைப் பூர்த்தி செய்துகொள்ள ஏதோ திட்டமான யோசனை தேவராயர் செய்துவிட்டார் என்று தெளிவாயிற்று. ஐந்து நிமிஷம் சென்றது. தேவராயருடைய கண் சேவசகன்

பக்கம் சுழன்று வந்தபொழுது, அவன் வணங்கி ஒரு வார்த்தை சொல்ல அனுமதி கேட்டான்.

“சொல்லு.”

"அந்தப் பெண் குடியானவன் வீட்டில் பிறந்தே இருக்கக் கூடாது. குடியானவனுக்கு வாழ்க்கைப்படவும் முடியாது. ஹூஸூர் அந்தப்புரத்தைத் தவிர அந்த அழகுக்கு இருப்பிடம் இருக்கமுடியாது."

"அவ்வளவுதானே, சரி, நீங்கள் போகலாம்."

சேவகன் ஸ்தானத்திற்குப் போய்விட்டான். சாஸ்திரிக்கோ தன் சாஸ்திரம் பொய்யாகிவிட்டதென்று கருத முடியவில்லை. மெய்யாகிவிட்டதென்றும் கருத முடியவில்லை. அரண்மனையை விட்டு வெளியே வந்த சாஸ்திரி அன்று விஜயநகரத்தின் எல்லையில் ஒரு சத்திரத்தில் பொழுதை ஓட்டினார்.

நள்ளிரவில் விஜயநகரத்தை விட்டு காலாட்படையும், குதிரைப் படையும் வெளியே சென்றன. இந்த ஓசையைக் கேட்டு எழுந்து பார்த்தார். படைகளுக்கு மத்தியில் மூடு பல்லாக்கொன்று சென்றது. அந்தக் பல்லாக்கையும் அதைச்சுற்றி எரிந்து கொண்டிருந்த தீவட்டிகளையும் கவனித்ததில் அதில் போவது அரசன் தான் என்று பண்டிதருக்குத் தெரிந்துவிட்டது.

அன்றைய தினம் பிற்பகலில் அரசர் திடீரென்று பிரயாண திட்டமொன்றை வகுத்து இரவே கிளம்பி விட வேண்டுமென உத்தரவிட்டிருந்தார். பெரிய படையுடன் அரசன் விஜயநகரைக் கிளம்பி அன்றிரவே துங்கபத்திரா நதிக்கரையைச் சேர்ந்தார்.

அரசன் பிரயாணங்களில் தன்னுடைய பஞ்சகல்யாணிக் குதிரையைத்தான் கூடக் கொண்டுபோவது வழக்கம். ஆனால், இப்பொழுது கூடக் கொண்டு வரும்படி உத்தரவிட்டிருந்த

குதிரை வேறு; போர்க் குதிரை. நெற்றியில் வெள்ளைச்சுட்டி உள்ள இரும்பு வர்ண குதிரை; ரொம்ப பொல்லாதது. நள்ளிரவில் அந்தக் குதிரையின் மீது தேவராயர் ஏறிக்கொண்டு குதிரைப்படைத் தலைவன் பின் தொடர, துங்க பத்திரா நதிக்கரையோரமாய்ப் பத்து மைல் நெருப்பைப் போன்ற கடுமையுடன் சவாரி செய்தார். பிறகு கீழே இறங்கி குதிரைப்படை தலைவனிடம் தன் யோசனையைத் தெரிவித்தார்.

"நம்முடன் வந்திருக்கும் குதிரைப் படையில் கருங் குதிரைப்படை வீரர்கள் ஐந்தாயிரத்தைக் கூட்டிக்கொண்டு இரவு பகலாக முத்கல் நகரத்துக்குச் சென்று குடியானத் தெரு ஒன்பதாவது வீட்டிலிருக்கும் நேஹாலை அப்படியே தூக்கிக் கொண்டு வந்துவிட வேண்டும். பெண்ணை அடையாளம் காட்ட ஒரு சேவகனை அனுப்புகிறேன். நான் கிளம்பிய நோக்கம் இதுதான். ராஜ்யத்தைப் பார்த்துவர என்று சொல்லிக் கிளம்பினேனே அது ஒரு புரட்டு."

"ஹுஸூர், ரொம்ப அபாயகரமான யோசனையாய் இருக்கிறதே."

"ஏன்?"

"முத்கல் சுல்தான் பிரோஸ்ஷாவின் எல்லைக்குள் பட்டதென்று பாத்யம் கொண்டாடி வருகிறான். தவிர, அவனுக்கும் நமக்கும் எப்பொழுதும் புகைச்சல்; எது சாக்கென்று காத்துக் கொண்டிருக்கிறான். இதைப் பிடித்துக்கொண்டு விஜயநகரத்தின் மீது போர் தொடுத்துவிடுவான். இதற்கு நாம் தயாரா? சமாளிப்போமா?"

"சமாளிக்க முடியுமா என்ற கேள்வியே எழவில்லை. முஸ்லீம்களின் ஆதிக்கம் தக்காணத்திற்குத் தெற்கே பரவாமல் தடுப்பதற்காகவே விஜயநகர சாம்ராஜ்யம் தோன்றிற்று. இதுவரை அந்த நோக்கத்தில் வெற்றியே பெற்று வந்திருக்கிறோம். பிரோஸ்ஷாவின் சலசலப்புக்கு நாம் அஞ்சக்கூடாது. வருவது வரட்டும். கருங்குதிரைப் படையுடன்

கிளம்பும். நேஹால் என்னும் அப் பஞ்சவர்ணக் கிளியைப் பிடித்து வாரும். வலுவில் பாலும், பழமும் நீட்டி அன்புடன் அழைத்தோம், அது மறுத்ததாம். இப்பொழுது பிடித்துவந்து அந்தப்புறத்தில் அடைப்போம்.'' அரசருடைய உத்தரவில் உறுதி தொனித்தது.

"சரி" என்றார் குதிரைப்படை வீரர்.

துங்கபத்திரா நதிக்கரையிலிருந்த கூடாரத்தை நோக்கி அரசனும், குதிரைப்படை வீரனும் குதிரைகளைத் திருப்பினர். அரசனுடைய குதிரை போன வேகம் சொல்லத் தரமன்று. குதிரையின் லகான் அரசன் கையிலிருந்ததாகவே தெரியவில்லை; காதலின் கையில் குதிரையின் லகான் இருந்தது. மலர் கணையின் அம்பு குதிரையின் விலாவில் பாயும் முள்ளாயிற்று. பின் வேகத்திற்குக் கேட்பானேன்? குதிரை வீரன் அரசன் கூடாரம் சேர்ந்த பதினைந்து நிமிஷத்திற்குப் பிறகுதான் வந்தான்.

மறுநாள் காலை கருங்குதிரைப்படையில் ஐந்தாயிரம் முத்கல் நகரத்தை நோக்கிக் கிளம்பிற்று. அந்த இடத்திலிருந்து முத்கல் நாற்பது மைல் வடக்கே இருந்தது. பகல் பதினொரு மணி சுமாருக்கு குதிரைப் படை முத்கல் நகரத்தை வளைத்துக் கொண்டது. படையில் ஐம்பது பேர் அடங்கிய ஒரு பகுதி குடியானத் தெருவுக்குள் நுழைந்தது. குறிப்பிட்ட வீட்டைப் போய் பார்த்தார்கள்.

வீடு திறந்திருந்தது. ஒருவரையும் காணோம். ஊருக்குள் இச்சிறு படை நுழையும் பொழுதே ஒரு சந்தேகம் முளைத்தது. ஊரில் ஜனநடமாட்டம் ரொம்ப குறைவாக இருந்தது. அங்கங்கே வீடுகள் திறந்து கிடந்தன. தெருக்களிலெல்லாம் சாமான்களை அப்புறப்படுத்திய அடையாளம் தெரிந்தது. இவர்கள் வருவதை அறிந்த ஜனங்களில் பலர் ஊரை விட்டு வெளியேறி விட்டார்கள். சிலர் மட்டும் இருந்தனர்.

குடியானத் தெருவில் வெய்யிலில் உணக்கையாகப் படுத்துக் கெண்டிருந்தாள் ஒரு கிழவி. அவளைத் தவிர அந்தத் தெருவில் வேறு ஒருவரையும் காணோம். ஈட்டியின் அடிக்கட்டையால் ஒரு வீரன் கிழவியைக் குத்தி எழுப்பினான். அலரிப்புடைத்துக் கொண்டு எழுந்திருந்தாள்.

"எங்கே அந்த நடு வீட்டுப்பெண்?"

"யாரு?"

"அழகா, இந்தத் தெருவிலே ஒரு பெண் இருக்கிறாளே அவள்?"

"யாரு- நேஹாலா? அவங்களெல்லவம் ஏதோ பட்டாளம் வருதுன்னு செப்பலோடெ ஊரைவுட்டுப் போய்விட்டாங்களே. அவங்க மாத்திரமில்லே. ஊரிலே ரொம்பப்பேரு ஓடிப் போயிட்டாங்க..... நீங்க தான் பட்டாளமா?"

"எந்த ஊருக்குப் போனாங்க?"

"அது என்கிட்டே சொல்லல்லே. எனக்குத் தெரியாது"

குருவி தப்பிவிட்டது. குதிரைப்படை என்ன செய்யும்? ஏமாந்து போன கோபத்தில் குதிரைப்படையினர் முத்கல் நகரத்தைச் சூறையாடிவிட்டு விஜய நகரத்தை நோக்கித் திரும்பினர்.

இதற்குள் இப்படையெடுப்பை அறிந்த பிரோஸ்ஷாவின் குதிரைப்படை ஒன்று கடுமையாய் அவர்களை தாக்கி இருநூறு வீரர்களை மாய்த்தது. தேவராயருடைய பாக்கிக் குதிரைப்படை தப்பி விஜயநகரம் வந்து சேர்ந்தது. குதிரைப்படைத் தலைவன் அரசனிடம் சென்று குருவி பறந்து சென்றுவிட்டதல்லாமல், பிரோஸ்ஷாவினுடைய நகரத்தின் மீது இப்படையெடுப்பின் காரணமாக யுத்தம் தொடங்கக்கூடுமென்ற செய்தியையும் தெரிவித்தான்.

தேவராயரின் முகத்தில் ஈ ஆடவில்லை. ஒரு வாரம் வரையில் ஒரே ஏக்கத்தில் ஆழ்ந்து கிடந்தார். ஒரு வாரத்திற்கு பிறகுதான் ராஜ்யத்தின் நினைவு வந்தது. நேஹால் போய் விட்டாள்? அதற்காக விஜயநகரத்தையும் இழந்துவிடுவதா என்ற நினைப்பு வந்தவுடன் பெரிய முற்றுகை நேரிட்டால் சமாளிக்கக்கூடிய முன் ஏற்பாடுகளை எல்லாம் செய்யும்படி தன்னுடைய போக்குவரத்து இலாகா, உணவு இலாகா, ராணுவ இலாகா இவைகளுக்கு உத்திரவு அனுப்பிவிட்டு யுத்தத்தை எதிர்பார்த்திருந்தார்.

5

எதிர்பார்த்தது வீணாகவில்லை. 1406 வருஷம் மழைக்காலத்தில் சுல்தான் பிரோஸ்ஷா பெரிய சேனையுடன் விஜயநகரத்தை முற்றுகையிட்டான். முற்றுகையின் முதல் தாக்குதலில் சில தெருக்கள் சுல்தான் வசமாயின. ஆனால், ஒரு நாள் தான் அவர் வசமிருந்தது. மறுதினம் தேவராயருடைய கர்னாடகப்படை கடுமையாகச் சுல்தானின் படைகளைத் தாக்கி, இழந்த தெருக்களை மீட்டுக்கொண்டன.

இவ்வெற்றியால் தைரியம் கொண்ட தேவராயர் அரண்மனையை விட்டு மதிலோரம் கூடாரமடித்துக் கொண்டு பிரோஸ்ஷா கூடாரமடித்துக் கொண்டிருந்த இடத்தில் தொந்திரவு செய்ய ஆரம்பித்தார். எதிர்பாரத வேளைகளில் அம்புகளை சுல்தானின் கூடாரம் நோக்கிச் சரமாரியாக விடுதல், காலட்படை வீரரை அனுப்பிக் கலவரம் உண்டாக்குதல் இப்படித் தொந்திரவு செய்தபொழுது சுல்தான் படை பலத்தைச் சரியாக உபயோகிக்கக் கூடவில்லை. விஜயநகரத்தைச் சுற்றி பூமியானது பாராங்கல்லாகவும் மேடு பள்ளமாகவும் இருந்ததால் சுல்தானின் குதிரைப்படை போர் செய்ய வசதியின்றி தவித்தது. இதனால் சுல்தான் தரப்பில் எல்லோரும் சோர்வடைந்தனர். போதாக்குறைக்கு எதிரியின் ஓர் அம்பு சுல்தான் கையில் பாய்ந்து விட்டது. அப்படியும்

சுல்தான் இடத்தை விட்டுப் பெயரவில்லை. அப்பொழுது சுல்தான் கட்சியைச் சேர்ந்த அகமது கான், கான்கானான் என்பவர்களுடைய தலைமையின் கீழ் வந்த படைகள் தேவராயரின் படைகளைத் தாக்கி, சின்னாபின்னப்படுத்தவே தேவராயர் தன் நகரத்திற்குள் வாபீஸானார். அதற்குப் பிறகு சுல்தான் அவ்விடத்தை விட்டுப்பெயர்ந்து ஹாஸ்பெட் நகரத்திற்குத் தெற்கே உள்ள பரந்த சமவெளிக்கு திரும்பினார். இங்கே சுல்தான் கூடாரமடித்துக் கொண்டு தன் படைகளுடன் நான்கு மாதம் தங்கினார். தேவராயரின் நகர எல்லையை விட்டு சுல்தான் விலகிவிட்ட போதிலும் அவர் படையை முறியடித்துப் பணிய வைத்ததாக ஏற்படவில்லை.

சுல்தான் சமவெளியிலிருக்கும் வரையில் தேவராயர் தன்நகரத்தில் கைதியானவரைப் போலவே வாழவேண்டியிருந்தது. ஏனெனில் அவ்வப்பொழுது சுல்தானின் குதிரைப்படை விஜயநகரத்தின் தெற்கு பாகத்தைத் தாக்கி பொருள் சேதமும், உயிர்ச்சேதமும், தொந்திரவும் உண்டாக்கிற்று. இக் குதிரைப்படை பங்காப்பூர் கோட்டையைக் கடுமையாகத் தாக்கி கோட்டையையும், அறுபதினாயிரம் ஹிந்துக்களையும் கைப்பற்றியது. பிறகு சுல்தான் விஜயநகர முற்றுகையைத் தொடர்ந்து நடத்தும்படி தன் தலைவன் கான்கானானுக்கு உத்திரவிட்டுவிட்டு, எதிரியின் அடோனிக் கோட்டையைத் தான் கைப்பற்றுவதாகக் கிளம்பினார்.

கான்கானானுடைய விடா முற்றுகையால் தேவராயர் ஆயாசமடைந்து, சுல்தானிடம் சமாதானம் கோரினார். சுல்தான் சமாதானத்திற்குப் போட்ட நிபந்தனைகள் ரொம்ப கடுமையாகவும், அவமானகரமாகவும் இருந்தன. தேவராயர் தன்னுடைய பெண்ணை சுல்தானுக்கு மணம் செய்து கொடுத்து விட வேண்டியது. பங்காப்பூரை நிரந்தரமாக சுல்தானுக்கு விட்டுக் கொடுத்துவிட வேண்டியது இவை தான் முக்கிய நிபந்தனைகள்.

தேவராயர் வம்சத்து ஸ்தீரிகள் பிற ஜாதியினரை மணம்

செய்துகொள்வது வழக்கமில்லை. ஆனால் இப்பொழுது அவ்வழக்கத்தை கௌரவிக்க முடியாத நிலை ஏற்பட்டு விட்டது. தான் தோல்வி அடைந்ததின் காரணமாக இந்த நிபந்தனையை தேவராயர் ஒப்புக்கொண்டு பெண்ணை சுல்தானுக்கு மணம் செய்வித்தார். மணத்தின் காரணமாகவேனும் அரசியல் சிக்கல் தீரக்கூடும் என்பது அவருடைய கனவு. ஆனால், அது நடக்கவில்லை.

சுல்தான் தன் புது மனைவியுடன் விஜய நகரத்தை விட்டு பல்லாக்கில் சென்ற பொழுது தேவராயர் நான்கு மைல் தூரம் வரையில் பல்லாக்கில் வந்து வழி அனுப்பிவிட்டுத் திரும்பினார். தன்னுடைய கூடாரம் வரை தேவராயர் வராமல் நான்கு மைலிலேயே திரும்பிப் போனதைப் பெரிய மரியாதைக் குறைவாக சுல்தான் கருதி, தேவராயரைத் தாறுமாறாக வைதான். இதைக் கேள்வியுற்ற தேவராயர் சினங் கொண்டு சுல்தானைத் தாறுமாறாக வைதார். மணத்தின் மூலம் சுல்தானுக்கும் விஜயநகரத்திற்குமுள்ள அரசியல் உறவு உறுதிப்படும் என்று நினைத்ததற்கு மாறாக இருவருக்குள்ளும் வைரம் வளர்ந்தது.

6

அதற்குப்பிறகு சுல்தான் தன் தலைநகரத்திற்குத் திரும்பினார். அப்பொழுது ஒரு எண்ணமுண்டாயிற்று; இவ்வளவு சண்டைக்கும் மூலக்காரணம் ஒரு பெண் அல்லவா? அவளைப் பார்க்க வேண்டும் என்று தோன்றிற்று. நேஹாலை அரண்மனைக்கு அழைத்து வரும்படி கட்டளை பிறப்பித்தார்.

தேவராயர் மீது சுல்தான் படை எடுத்துவிட்டசெய்தியையைக் கேட்ட முத்கல் நகரத்து ஜனங்கள் எல்லோரும் தாங்கள் வெளியேறிச் சென்றிருந்த இடங்களை விட்டுவிட்டு முத்கல்லுக்கே திரும்பிவிட்டார்கள்.

நேஹால் குடும்பத்தினரும் எல்லோரையும் போல் திரும்பி விட்டார்கள். ஒரு நாள் பகல் மூன்று மணிக்கு சுல்தானின் காரியதரிசி ஒருவன் முத்கல் நகரத்துக்கு வந்து நேஹாலை சுல்தான் பார்க்க விரும்புவதாக நேஹாலின் தகப்பனாரிடம் தெரிவித்தான். நேஹாலின் தகப்பனாரும், நேஹாலும் திடுக்கிட்டார்கள். நேஹாலை பார்க்க விரும்புகிறார் என்று சொன்னதின் குறிப்பை நேஹால் உணர்ந்தாள். ஹிந்து அரசனின் அந்தப்புரத்தை உதறித்தள்ளினோமே அதற்குத் தண்டனையாக முஸ்லீம் ஜனானா வென்னும் சிறையல்லவா வரும் போல் இருக்கிறது என்று நினைத்து உருகினாள். ஆனால், சுல்தான் உத்திரவை மீறக் கூட தைரியம் ஏது? தலைசாய்த்துக் கொண்டு நேஹாலும், அவள் தகப்பனும் அரண்மனைக்குச் சென்றனர்.

நேஹாலைப் பார்த்த சுல்தான் அவள் அழகில் பிரமித்து விட்டார். தேவராயரை தூண்டி எழுப்பிய அழகைக் கண்டு மோகித்தார். நேஹாலை இனி குடியானத் தெருவுக்கு அனுப்புவதில்லை என்று தீர்மானித்து பெண்ணின் தந்தையுடன் பேசினார்.

"உம்முடைய பெண் இனி உம் வீடு திரும்பமாட்டாள்.''

தகப்பனார் இப்பேச்சைக் கேட்டு நடுங்கி கொண்டே ''சுல்தான் சாகிப்! நான் ஏழை தங்கள் உத்திரவை எப்படி மீறுவேன்?" என்றார்.

"வேண்டுமானால் மீறிப் பார்க்கலாம்''

"தங்கள் சித்தபடி செய்ய காத்திருக்கிறேன். ஏழைக்கு சுதந்திரமோ, வலுவோ ஏது" மீற.

"நேஹாலை என் மகன் ஹஸன் கானுக்கு நீர் மணம் செய்து தர வேண்டும்."

“பெண்ணின் சம்மதத்தைப் பெற வேண்டாமா?"

"பெறுவோம் நேஹால்! என்ன சொல்கிறாய்? என் சாம்ராஜ்யத்தின் வார்சுக்குப் பட்டமகிஷியாவதில் உனக்கு விருப்பம் உண்டா, இல்லையா?”

தேவராயர் சொல்லி அனுப்பிய பொழுது நேஹாலுக்கு இருந்த மனோநிலை இப்பொழுது இல்லை. ஹிந்து ராஜா தர்மத்திற்குப் பயந்தவன் என்ற உணர்ச்சியில் துணிவுடன் மறுத்து விட்டாள். முஸ்லீம் அரசன் தர்மத்தை மதிக்க மாட்டான். அவள் மறுத்துவிட்டால் அதை முஸ்லீம் அரசன் கௌரவிக்கப் போவதில்லை. சம்மதிக்காவிட்டால் கட்டாயமாகவேனும் மணம் செய்து கொண்டு விடுவான். அவமானமடைந்தது தான் மிஞ்சும். இவற்றையெல்லாம் நினைத்து வேம்பை விழுங்குவது போல் தனக்குச் சம்மதம் என்றாள்.

மறுநாள் ஹஸன் கானுக்கும், நேஹாலுக்கும் அரசாங்க ஆடம்பரத்துடன் மணம் நடந்தேறிற்று.

சுல்தான் குடும்பத்தினருக்குச் சந்தோஷம் கரைபுரண்டோடியது. நேஹால் குடும்பத்தினர் மனம் மட்டும் இடிந்திருந்தது. நேஹாலைப் பற்றி கேட்பானேன்?

மறுநாள் போக மாறுநாள் ஏகாந்த அறையில் இருக்கும் பொழுது ஒரு ஏழைப் பிராமணன் அரசகுமாரனையும், நேஹாலையும் பார்க்க விரும்புவதாக சொல்லி அனுப்பினான்.

‘இப்பொழுது பார்க்க முடியாது. பிறகு வரட்டும்’ என்றார் ஹஸன்கான். ‘பிரபு! அப்படி அன்று, வந்திருக்கும் ஆளின் பேரைத் தெரிந்து வரச் சொல்லுங்கள்.’

சேவகன் போய்த்திரும்பி வந்து ‘ரேகை சாஸ்திரி’ என்றான்.

'வரச்சொல். நான் தங்களுக்கு வாய்த்தது அவருடைய வாக்கின் மகிமை. அவர் வரட்டும்' என்றாள் நேஹால்.

ரேகை சாஸ்திரி இரண்டு எலுமிச்சம் பழத்தைக் கொண்டு வந்து இளவரசனுக்கொன்றும், நேஹாலுக்கு ஒன்றுமாகக் கொடுத்துவிட்டு ஒரு நிமிஷம் மௌனமாயிருந்தார். பிறகு நேஹாலைப் பார்த்துச் சொன்னார்.

'நேஹால்! சூரியன் பொய்யானாலும் ரேகை பொய்யாகாது. காசுக்காக நான் ரேகை பார்ப்பதில்லை. உன் ரேகையைப் பார்த்தே, உன் அதிருஷ்டத்தை எதிர்பார்த்தே வலுவில் வந்து உனக்குக் கலைப்பயிற்சி அளித்தேன். நீ ராணி ஆகிவிட்டாய். என் ஏமாற்றமும், ஏக்கமும் தொலைந்தன. மனம் குளிர்ந்தது. உன்னைப் பார்க்க வந்தேன். போய் வருகிறேன்' என்று சொல்லித் திரும்பினார்.

'கொஞ்சம் இருங்கள்' என்று நேஹால் கூறி விட்டு இளவரசனிடம் தன் வரலாறு முழுவதையும் சொன்னாள். இளவரசன் ஆச்சரியமடைந்து, தன் கூடவே ரேகை சாஸ்திரியை அழைத்துப் போய் கோல்கொண்டா வைரமாலை ஒன்றைப் பரிசாகக் கொடுத்தனுப்பினார். ரேகை சாஸ்திரி அரண்மனை வாயிலைக் கடந்து வெளியே செல்லும் சமயம் நேஹால் தன் அறையில் துயர் தேங்கும் குரலில் பாடிக் கொண்டிருந்தாள்

வழியோரம் வனமல்லிகை
தேன் கோப்பை திறந்து வைத்து
அழகு பட்டுப்பூச்சி வரும்
இனிதளிப்போம் என்றிருக்க;
கார் முகிலாம் கருவண்டொன்று
கள்வெறியில் குறிப்பில்லாமல்
பாரிலெங்கும் பறந்துவந்து,
கள்கிண்ணியைக் காதல்நயம் கண்டிடாமல்?
பாய்ந்தது பார் மலர்க்கிண்ணியில்!

காதலுக்கு ஏங்கும் மலர்
சாய்ந்ததய்யோ வேதனையில்!

நல்ல வீடு

அது ஒரு நல்ல கிராமம். வீடுகளெல்லாமே வரகு தட்டை போட்டு வேயப்பட்டிருந்தன. ஒரு வீடு மட்டும் விதி விலக்கு. செமென்டால் தரை மெழுகி, மரம் போட்டு, மங்களூர் ஓடு மாற்றியிருந்தார்கள். பளிச்சென்று சுண்ணாம்பு அடித்திருந்தார்கள். வாசலிலே, தேனீ வீடு கட்டுவதைப் போல ஆறு பட்டையாகக் கலியாணப் பந்தல் போட்டிருந்தார்கள். கிராமமாயிருந்த போதிலும் இங்கிலீஷ்காரரது ஆட்சியின் பழுத்த கனிகளாகிய போலீஸ் ஸ்டேஷன், தபாலாபீஸ், தாலுக்கா கச்சேரி இவ்வளவும் இருந்தன.

அந்த ஊருக்கு மாற்றி வந்த புதுசில், உத்யோகஸ்தர்களின் மனைவிகள் குடியிருக்க நல்ல வீடு கிடைக்காமையால், முதலில் ரொம்பத் தவிப்பார்கள். டவுன்களில் மின்சார விளக்கும் விசிறியும் கண்டு சுகம் அனுபவித்தவர்கள், கூரை வீட்டில் வசிக்க வேண்டுமென்றால், சூரியன் சாக்கடை ஜலத்தில் குளிப்பதைப்போல் ஆகாதா? ஆனால், ஆகாச மட்டும் இவர்கள் துள்ளிக் குதித்தாலும் கடைசியில் மண்ணின் மடிமீது வந்துவிழும் கல்லைப் போல், கூரை வீட்டு வாசத்திலேயே கதியின்றிச் சமாதானம் அடைவார்கள். விதி விலக்கென்றோமே அந்த வீடு முதலில் ஒவ்வொரு உத்தியோகஸ்தர் மனைவியையும் கவரும். ஆனால், அந்த உற்சாகம் வெகுநாள் நீடிப்பதில்லை. காரணம் காட்டாமல், ஒரு வாரத்திற்கெல்லாம் அந்த வீட்டைக் காலி செய்து விடுவார்கள்.

ஹெட் கான்ஸ்டேபிள் மருதநாயகம் பிள்ளை அன்றுதான் மாற்றலாகி அங்கே வந்தார். வரும் பொழுதே ஒரு பெரிய அசட்டுத்தனத்தைச் செய்து விட்டார்.

கற்பகவல்லி வண்டியை விட்டு இறங்கியது தான் தாமதம்; பலாப்பழத்தை ஈ மொய்ப்பது போல ஒரு பெரிய கூட்டம் சேர்ந்து விட்டது. கிராமத்து ஆண், பெண், 'அரை டிக்கட்' அடங்கலும் கூட்டத்துக்குப் பின்புறத்திலிருந்தவர்கள் கற்பகவல்லியைப் பார்த்துக் கிசு கிசுத்துக் கொண்டிருந்தார்கள்.

பெண் பிள்ளை: 'ஆமாம், ஹேட் பெண்ஜாதியா இவங்க?'

ஆண் பிள்ளை: 'இருக்கும்.'

பெண் பிள்ளை: 'பார்த்தா, ஹேட் பொம்பிள்ளையாத் தெரியல்லே. அதிலேயும் குடுத்தனக்காரியாத் தோணல்லே.'

ஆண்பிள்ளை: 'ரொம்ப கண்டூட்டே!' இந்த நாளிலே தான் குடுத்தனக்காரிக்கும் மத்தவாளுக்கும் வித்தியாசமே தெரியற தில்லையே!

உண்மையில், பெண்பிள்ளை சொன்னதில் ஓரளவு மெய் இல்லாமலில்லை. இன்றைக்கெல்லாம் ஹேட்டுக்குச் சம்பளம் முப்பதுக்கு மேல் இருக்க முடியாது. ஆனால், அவர் மனைவியைப் பார்த்தால் நாஸுக்கான நகரத்துத் தாசி, கிராமம் பார்க்க குறைந்த சுருதியில் ஆடை ஆபரணம் அணிந்து வந்திருந்தது போலிருந்தது. காலிலே பாதசரம். இடுப்பிலே ஒட்டியாணம். கழுத்திலே காசுமாலை. மூக்கிலே, காதிலே, வெள்ளை. நெற்றியிலே விபூதி. புருவ நடுவே குங்குமம். அள்ளிச் சொருகிய தலை மயிர். வயதுக்கேற்ப, கொய்யாக் கொம்பு போன்ற வழவழப்பான உடல்; அதை எடுத்துக் காட்டும், பாடி ஜாக்கெட். கராச்சிப்புடவை. பின்னே அப்படிப் பேசமாட்டார்களா?

ஹேட் மனைவி கும்பலைத் திரும்பிக் கூடப் பார்க்கவில்லை. வண்டியை விட்டு இறங்கியதும் இறங்காததுமாக 'நல்ல வீடு பாருங்க; எல்லாம் கூரையாக் கிடக்குதே' என்று உத்திரவிட்டாள்.

ஊருக்கு வந்த பதினைந்து நிமிஷத்துக்குள் எட்டுத் தெருவையும் சுற்றியாகி விட்டது. சுமார் என்று நினைக்கக் கூடிய வீடுகளில் ஒரு வீடு சாணி வாசனையாய்ப் போய்விட்டது. ஒன்று நெல் குதிரும் அந்துப் பூச்சியுமாகி விட்டது. மற்றொன்று வீடா முள்ளுப் படுக்கையா என்ற சந்தேகத்தைக் கிளப்பிற்று. வேறொன்று நடவுக்கு லாயக்காயிருந்தது. சை! ஒன்றும் உபயோகமில்லை! மிஞ்சி நின்றது விதிவிலக்கு என்றோமே அந்த வீடுதான். அதைப் பார்த்ததும், 'ஆலையில்லா ஊருக்கு இலுப்பைப்பூச் சர்க்கரை' என்றாள் கற்பகவல்லி.

அடுத்த அரைமணிக்குள் அந்த வீட்டுக்குக் குடியேறி விட்டார்கள் ஹேட்டும் மனைவியும்.

அன்றிரவு அடுத்த வீட்டு மாட்டு தரகனின் பெண்ஜாதியுடன் ஊர்ச் சங்கதிகளை விசாரித்துக் கொண்டிருந்தாள் கற்பகவல்லி.

'இந்த வீடு கூட இல்லாத போனா வந்த வண்டியிலேயே திரும்பிப் போயிருப்பேன்! நல்ல வேளை! இதுவாவது கிடைத்தது' என்று இவள் கூறினாள்.

'ஆமாம், ஆமாம்' என்று ஊக்கக் குறைவோடு பதில் சொன்னாள் தரகனின் மனைவி.

'அதேன் அரை மனசாச் சொல்றீங்க?'

'அரை மனசெல்லாம் இல்லே' என்று மழுப்பினாள் அடுத்த வீட்டுக்காரி?

மறுநாள் வாரச் சந்தை. மணி எட்டு இருக்கும். ஹேட், காலை ஆபிஸூக்குப் போயிருந்தார். கற்பகவல்லி உள்ளே ஏதோ பாத்திரம் கழுவிக் கொண்டிருந்தாள்.

'அம்மா!'' என்று ஒரு குரல் கேட்டது.

'யாரது?'' என்று வெளியே வந்தாள் கற்பகம்.

ஒரு கிராமத்தான். காலிலே கனத்த செருப்பு. தலைமுதல் முழங்கால் வரையில் மறைக்கும் அழுக்குப் படிந்த பெரிய துப்பட்டி போர்த்தியிருந்தான்.

'என்ன?'

'ரெண்டு இட்லி குடுங்க'

ஹேட் மனைவிக்குத் தூக்கிவாரிப் போட்டது. பொறுக்கி எடுத்த வீடு கூட உதவாமல், ஆப்பக்காரியாகும் கதி வந்துவிட்டதே! ரௌத்திரம் பொங்க 'இல்லை' என்று வெட்டினாற் போல் பதில் சொன்னாள்.

கோபத்தின் கருத்து கிராமத்தானுக்குப் புரியவில்லை.

'பின்னே, உப்புமா இருக்குதா?' என்றான் பொறுமையாக.

'இது கிளப்பில்லே' என்று முகத்திலடித்தாள் கற்பகாம்பாள்.

'இருந்துச்சே, எங்கே போயிடுச்சு?'

'எமலோகம்' என்று கதவைப் படாரென்று சாத்திக் கொண்டு உள்ளே போய்விட்டாள்.

கிராமத்துக் கிளப் இருந்த இடமே தாங்கள் வசிக்கும் வீடு என்று தெரிந்தது முதல் கற்பக வல்லியின் மனசு அலை புரண்டது. தன் நாஸூக்குக்கும் ஹேட் மனைவியின் அந்தஸ்துக்கும் அதனால் எவ்வளவு இழிவு ஏற்பட்டுவிட்டது! சந்தைக்குச் சந்தை இதே தொல்லையாகவல்லவா போய்விடும்! பதில் சொல்லியே வாய் நோகுமே! ஆதியில் பக்கத்து வீட்டுக்காரி ஊக்கக் குறைவுடன் பேசினாளே, இதனால்தானோ?

பகல் ஒரு மணிக்கு ஹேட் வீடு திரும்பினார்.

'நம்ப வேறே ஊடு பார்க்கணும்'

அவளைத் தொட்டுத் தாலி கட்டினது முதல் ஹேட்டுக்கு ஏற்பட்ட அனுபவமல்லவா இது? அமைதியை இழக்காமல் 'ஏன்? வந்து முழுசாக ஒரு நாள் கூட ஆகவில்லையே' என்றார்.

'அதெல்லாம் முடியாது. காலையிலே வந்து இட்லி, காபி கேக்கறானுங்க. இது எப்பவோ காபிக் கடையாய் இருந்துச்சாம்.'

ஹேட்டுக்கு மனைவியை மீறிப் பேசும் வழக்கமே கிடையாது. இருந்தாலும் முதலில் இருவருமாக ஊரைச் சுற்றிப் பார்த்த தைரியத்தில் 'இங்கே தான் நல்ல வீடு ஒண்ணுமே காணலியே' என்றார் மெதுவாக. 'என்னை ஆப்பக்காரின்னு பார்த்திங்களா?'

ஹேட் என்ன பதில் சொல்வார்? 'கோவிச்சுக்காதே' என்று தாழ்ந்து போனார்.

இரண்டு பேருமா மறுநாள் வீடு பார்க்கப் புறப்படும் நேரம். மேகத்தில் காணும் மின்னல் போல் 182-ஆம் நம்பர் கான்ஸ்டேபிள் திடீரென்று எதிரே முளைத்து, கைகாட்டி மரம் ஏறுவது போல சலாம் வைத்தான். 'டி.எஸ்.பி வந்திருக்காங்க. எங்கேயோ காம்ப் போகணுமாம். கூட்டி வரச் சொன்னாங்க.'

எனவே, வீடு பார்க்கும் வேலை அப்பொழுது தடங்கல் பட்டுவிட்டது..... ஹேட் ஊருக்குப் போன அடுத்த நாள் காலை மணி ஏழு இருக்கும். கற்பகவல்லி தெருவைப் பார்த்து, தலை வாரிக்கொண்டிருந்தாள். எதிர்ச்சாரியிலிருந்த வேப்பமர நிழல், வெயிலை வெட்டும் அரிவாளைப் போலக் குறுக்கே விழுந்து கிடந்தது. அவள் மனம் எந்த உலகில் மூழ்கிக் கிடந்ததோ! சாம்பல் வர்ணத்துப்பட்டி போர்த்தியிருந்த ஆள் ஒருவன் 'தோசை இருக்கா' என்றான். அயர்ந்திருக்கும் சமயத்தில் அடி வயிற்றில் அடித்தது போல் திடுக்கிட்டுத் தெருப் பக்கமாய்ப் போனாள். அந்த ஆளுடன் சண்டை போட. ஆனால் தெருவில் ஒரு ஆளைக் கூடக் காணோம். லேசான காற்றில் வேப்ப மர நிழல் மட்டும்

அசைந்து கொண்டிருந்தது. வீட்டைப் பற்றிய நினைப்பு எவ்வளவு தடித்திருந்தது என்பதற்கு இது ஒரு அத்தாட்சி.!

புருஷன் திரும்பி வந்ததும் வேறு வீடு பார்த்து விட்டுத்தான் மறு காரியம்!.....

அடுத்த வாரச் சந்தை. இரவு எட்டு மணி வரையில் போன ஹோட் திரும்பி வரவில்லை. சாப்பாட்டுக்குப் பிறகு ரேழியில் உட்கார்ந்து கற்பகவல்லி வெற்றிலை போட்டுக் கொண்டிருந்தாள்.

யார் யாரோ தெருவில் கும்பலகப் போய்க் கொண்டிருந்தார்கள். ஒருவன் மட்டும் வீட்டு ஓரமாகத் தயங்கித் தயங்கிச் சென்றான். கிராப்புத் தலை, வெள்ளைச் சட்டை, சிவப்பு உருமாலை, இவ்வளவும் தென்பட்டன. வீட்டுக்கு அப்பால் அந்த ஆள் எட்டிப் போன பிறகும் ஸெண்டு வாசனை, மரத்தை விட்டுப் போக மனமில்லாத பிசாசைப் போல் அங்கே சுற்றிக் கொண்டிருந்தது. அந்த ஆள் யார்? வீட்டைக் குறிப்பாய்ப் பார்ப்பானேன்? கிளப்புக்கு வரும் ஆசாமியோ? ஆனல் நல்ல வேளை! டீ இருக்கா என்று கேட்கவில்லையல்லவா? அதுவே கற்பகவல்லிக்கு ஆறுதலாயிருந்தது.

அரை மணி ஆயிற்று, கை விளக்கைக் குறைத்துச் சுவரருகே வைத்துக் கதவைத் தாளிட்டு விட்டுப் பாயில் படுத்தாள்; 'மண்ணாய்ப் போன டி.எஸ்.பி. காம்ப் என்றால் இவர்களுக்கெல்லாம் மாமியார் வீடு மாதிரி 'ஓச'ல்லவா? ஒரே கொண்டாட்டம். வீடு பார்க்கத் தடங்கலாய்ப் பூனையாய் முளைத்தானே படுபாவி!.

இப்படி வைது கொண்டே பெருமூச்செறிந்தாள்.

'அம்மா' என்று லேசாகக் கூவிற்று ஒரு குரல்.

வாசல் கதவைத் திறப்பதற்கு யோசனை. ‘அரைச் சாப்பாடு போடுங்க' என்று யாராவது வந்து விட்டால்....?

அப்படிக்கின்றி ஹேட்டினிடமிருந்து சமாசாரமாயிருந்தால்....? எப்படி வேண்டு மானாலும் இருக்கட்டும் என்று நினைத்து, உள்ளே இருந்தபடியே 'யாரது?' என்றாள்.

'ஐயா சாவடியிலே இருக்காக.'

கற்பகவல்லிக்கு ஒரே ஞாபகம், வீடு மாற்றுவது. அதற்காக ஹேட் ஞாபகம். ஆகையால் கதவைக் கூடத் திறக்கத் தோணவில்லை.

'வந்துட்டாங்களா?'

'ஹூம்'

'அங்கே ரொம்ப ஜோலி இருக்குதா?'

'இல்லை, இதோ வருவாரு'

அப்புறம் தெருவில் குரல் கேட்கவில்லை. கற்பகவல்லி எழுந்து படுக்கையில் உட்கார்ந்தாள். பதினைந்து நிமிஷம் ஆகியிருக்கும். வாசல் கதவிலே லேசான தட்டு விழுந்தது.

அவசரமாக எழுந்து போய், கதவைப் பாதி கூடத் திறக்கவில்லை. கதவைத் தட்டினவர் ஓசைப்படாமல் விறுக்கென்று உள்ளே நுழைந்தார். கம்மென்ற வாசனையும் கூட நுழைந்தது. கற்பகவல்லி பதறிப்போனாள்.

வீட்டு ஓரமாகப் போனானே அதே பேர்வழி!

அவளுக்குண்டான திகிலைவிட வந்த ஆளின் திகில் பலமடங்கு அதிகமாயிருந்தது மெதுவாக, ஒன்றும் பேசாமல், வாயை மூடிக் காட்டிவிட்டு, பின்னால் நகர்ந்து, தெருவை எட்டி, வேகமாக நடையைக் கட்டினான் கிராம மைனர்.

'இது கிளப்பக இருந்ததா அல்லது---'

இந்த யோசனைக்கு முடிவு காணும் முன்பே அடுத்து வீட்டுக்காரி வாசல் கதவண்டை வந்து விட்டாள்.

‘யாரது? உங்கள் ஊட்டிலே திருடன் மாதிரி நுழைஞ்சூட்டு ஓடறது? புருசன் வந்துட்டாரா?’

அளவு கடந்த அவமானத்தால் கற்பகவல்லி வாயைத் திறக்கக் கூடவில்லை.

‘ஒங்களுக்குத் தெரியாதாங்காட்டியும்! இந்த ஊட்டுலே முன்னே ஒரு மாதிரி பொம்பிள்ளை இருந்துச்சு. பேருக்குக் காபிக் கடை’ என்று இழுத்தாற் போல் விளக்கினாள்.

கற்பகவல்லி மௌனமாகத் தலையில் அடித்துக் கொண்டாள்.

‘அந்துப்பூச்சி வீடானாலும் சரி. ஆலமரத்தடியானாலும் சரி., இனிமே இது இல்லே’ என்று சொல்லிக் கொண்டே வீட்டுக் கதவைப் பூட்டுகிற சமயம். பூட்ஸூம் காக்கிச் சட்டையுமாக ஹேட் குறடு ஏறினார்.

'தூக்குங்க சட்டி பானையை' என்றாள் கற்பகவல்லி.

ஜம்பரும் வேஷ்டியும்

மாலை வேளையில் தையற்கடையில் பொழுதை ஓட்டுவது என் வழக்கமென்று தெரிந்திருக்கலாம். அன்றைத் தினமும் அப்படித்தான் செய்தேன். ஆனால் ஒரு வித்தியாசம். கச்சேரிகளுக்குப் போகும் நேரத்திலேயே கடைக்குப் போய்விட்டேன். வழக்கம்போல் தெருவிலே சட்டைகளும் முண்டாசுகளும் சேலைகளும் குடங்களும், சாமான்களும் மூட்டைகளும் சாரி வைத்தாற் போல் நகர்ந்து கொண்டிருந்தன. தையற்காரன் கடை சாய்வு நாற்காலியில் உட்கார்ந்து காலை நீட்டினேன். மனசு மனிதப் பிரவாகத்தையும் அதனுடைய கதியையும் பற்றி இரண்டு விதமான கதியையும் பற்றித்தான் அசை போட்டுக் கொண்டிருந்தது.

அதுவும் கொஞ்ச நேரந்தான். பிறகு எதிர்ப்புறத்து மாடியில் நடந்த நாடகத்தைக் காணச் சென்று விட்டது.

தையற்கடை கிழக்குப் பார்த்தது; மாடி வீடு மேற்குப் பார்த்தது. ஓட்டுக் கட்டடம் என்று சொன்னேன்.

கொஞ்சம் நவீன மோஸ்தர்தான். மாடியில் வடபுறத்துக் கோடியில் ஓர் அறை; தென்புறத்துக் கோடியில் ஓர் அறை. இரண்டுக்கும் தாழ்வாரம் உண்டு. தாழ்வாரத்திற்குத் தாழ்வாரம் ஒரு வரிசை கயிறு கட்டியிருந்தது. அதிலே இந்த வரிசைக் கிரமத்தில் துணிகள் காய்ந்துக் கொண்டிருந்தன. ட்ரௌஸர், பட்டுப் புடவை, பட்டுப் பாடி, பட்டு ஜம்பர். ஜம்பருக்கு அடுத்த தென்னண்டை முதற்கொண்டு இந்த வரிசைக் கிரமத்தில் காய்ந்து கொண்டிருந்தன: நாலு முழக்கதர், கதர்ப் புடவை, கதர் ரவிக்கை, கதர் பாடி.

இரண்டு அறையிலும் இரண்டு பெண்கள் உட்கார்ந்து ஜன்னலண்டை நூல் பின்னிக்கொண்டிருந்தார்கள். கதர்ப் புடவைக்குச் சொந்தக்காரி பின்னிக் கொண்டிருந்த நூல் கூடக் கதரா என்று சொல்ல முடியாது. ஒருத்தி இரண்டு வரிசை பின்னிவிட்டு ஜன்னல் கம்பிகளின் இடுக்கில் மூக்குத் தெரியும்படி வடவண்டை அறையைப் பார்ப்பாள். பிறகு பின்னத் தொடங்குவாள். உடனே சொல்லி வைத்தாற் போல் வடவண்டை அறையிலிருக்கும் பெண் ஜன்னல் கம்பிகளின் இடுக்கில் மூக்குத் தெரியும்படி தென்புறம் பார்ப்பாள். பிறகு அவள் பின்னத் தொடங்குவாள். இப்படியே சிறிது நேரத்திற்கு ஒரு தரம் நடந்தது. இரு பெண்களும் ஒருவருக் கொருவரைப் பார்த்து கொண்ட மாதிரி அவர்களிடையே நேசம் இருக்க முடியுமென்று காட்டவில்லை.

தென்றல் ஒன்று லேசாக அடித்தது. கொடியில் துணிகள் மெதுவாக ஊஞ்சலாடின. பட்டுப் புடவைக்காரி பின்னல் வேலையை வைத்துவிட்டுக் கொடிக் கயிற்றைப் பார்த்தாள். மறு கணத்தில் காற்று வலுத்தது. ஸர்க்கஸில் டிரெபீஸயம் ஆடுவது போல் துணிகள் கிழக்கும் மேற்கும் ஏறின. இரண்டு உருப்படிகளுக்கு மட்டும் ஏனோ வெறியாட்டம். பட்டு ஜம்பர் வெறி முதிர்ந்து ஆடி ஓய்ந்தது போலக் கொடியிலிருந்து கீழே விழுந்தது. அடுத்த விநாடியில் கதர் வேஷ்டியும் ஆடிய பம்பரம் போல் ஓய்ந்து கீழே விழுந்தது. விழுந்த விதத்திலே பட்டு ஜம்பரில் பாதியும், ஸிமெண்டுத் தரையில் பாதியுமாக பரவி விழுந்தது. பட்டுப் புடவைக்காரி எழுந்து வந்தாள். கொடியண்டை வந்து இடுப்பில் இரண்டு கையையும் வைத்துக் கொண்டு துணிகளை யெல்லாம் வெறிக்க வெறிக்கப் பார்த்தாள். கடைசியாக, கீழே விழுந்திருந்த ஜம்பர், கதர் வேஷ்டிமேல் கண்ணை நட்டாள். ஐந்து நிமிஷம் வைத்த கண்ணை எடுக்கவில்லை. பிறகு எழுந்து சுவரோரம் போய் ஒரு நாற்காலியில் உட்கார்ந்து, தலையைக் கைகளில் சாய்த்துக் கொண்டாள். வெளிச்சமில்லாமல் இருட்டாக இருந்திருந்தால் திருவிடைமருதூர் சோழப் பிரம்மஹத்திதான் அங்கே

உட்கார்ந்திருக்கிறதோ என்ற தட்டுக்கெடல் இயற்கையாய் உண்டாகிவிடும்.

பட்டுப் புடவைக்காரியை ஜன்னலண்டை காணாமையால், கதர்ப் புடவைக்காரி நூலை வைத்து விட்டு அறைக்கு வெளியே வந்து பார்த்தாள். அவள் ஒரு நாற்காலியில் உட்கார்ந்திருப்பதையும், தரையில் ஜம்பரும் கதர்வேஷ்டியும் விழுந்திருப்பதையும் கண்டாள். உடனே தன் அறைக்குள் திரும்பிப் போய்விட்டாள்.

இப்படியே நேரம் சென்றது. மணி நாலரை ஆயிற்று. ட்ரௌஸரும் கோட்டும் போட்டுக் கொண்ட ஓர் இளைஞர், வரும் பொழுதே கழுத்துப் பட்டியை அவிழ்த்துக் கொண்டு மாடிக்குள் நுழைந்தார். சுவரருகில் உட்கார்ந்திருந்த பதுமை எழுந்திருக்கவில்லை. முகமும் உம்மென்றே இருந்தது.

'என்ன, இங்கே உட்கார்ந்திருக்கிறாய்?' கேள்விக்குப் பதில் வரவில்லை ஆனால் வந்தது வேறு கேள்வி.

'என்னை என்னவென்று நினைத்துக் கொண்டிருக்கிறீர்கள்?'

எதிர்புறத்து அறையிலிருந்த ஸ்திரீ தன் கையில் இருந்த தையல் வேலையை ஜன்னலிலேயே வைத்துவிட்டு அறைக்கு உட்புறம் நகர்ந்தாள். வெளியேயும் வரவில்லை. இது என்ன செப்பிடு வித்தைக்காரன் பிரம்புப் பெட்டியில் மறைந்து போகும் பெண்ணைப் போல் காணேமே என்று நினைத்துக் கொண்டிருக்கும் பொழுதே, கதவுக்குப் பின்னாலே புடவைத் தலைப்பு ஆடிற்று. சரிதான்; கதர்ப் புடவைக்காரி சுவர்க்கோழி ஆகிவிட்டாள். சுவர்க்கோழி ஆகி இருக்க வேண்டியதில்லை என்று பிறகு தானே தெரிந்தது.

'என்ன என்னவென்று நினைத்துக் கொண்டிருக்கிறீர்கள்?'

'சந்தேகம் என்ன? அன்பார்ந்த பத்தினி என்று தான் நினைத்துக் கொண்டிருக்கிறேன்.'

'ரொம்ப நல்ல காரியம். இந்த வீட்டைவிட்டு இப்பொழுதே ஜாகை மாற்றுகிறீர்களா? இல்லாவிட்டால் நான் போய்விடட்டுமா?'

மின்சாரம் தாக்கினாற் போல் அதிர்ச்சி அடைந்தார். அந்த அதிர்ச்சியைச் சமாளிப்பதற்காகக் கைகள் கழுத்துப் பட்டியை ஒழுங்காக மடிக்கத் தொடங்கின.

'என்ன? நான் போகட்டுமா?'

'இதென்ன, திடீரென்று தலையும் காலும் இல்லாமல் பேசினால் நான் புரிந்து கொள்வது எப்படி? எனக்கு ஜோஸியம் தெரியுமென்று நினைக்கிறாயா?'

'அந்த மழுப்பல் எல்லாம் இப்பொழுது ஒன்றும் செல்லாது. கொண்டுவந்து குடி வைத்தீர்களே, அவர் யார்?'

'ஏன், என் சிநேகிதன்தான். காலேஜில் சேர்ந்து படித்தோம். அவன் ஸம்ஸ்கிருதப் பகுதி; நான் வேதாந்தப் பகுதி.'

'ரொம்ப அழகு! படிப்பு நன்றாக வந்திருக்கிறது! சமஸ்கிருதமும் வேதாந்தமும் சேர்ந்தால் கிடைக்கிறது இதுதானாக்கும்.'

'இப்பொழுது என்ன கெட்டுவிட்டது?'

'உங்கள் சிநேகிதர் ரொம்ப நல்லவராக இருக்கிறார்: ஜபம், தபம், விபூதி.'

'ஆமாம், இருக்கவேண்டியது தானே?'

'இருக்கட்டும். ஜபத்துக்கு ஊதுவத்தி வேண்டுமா என்ன?'

'சில பேர் வைத்துக் கெள்வார்கள்.'

'இந்த மாதிரி ஜபம், ஆபிஸூக்கு லீவ் எழுதிப் போட்டுவிட்டு, வேறு புருஷர்கள் வீட்டில் இல்லாத பொழுதுதான் செய்ய வேண்டுமென்று சாஸ்திர விதியோ?'

சுகமாக ரயிலில் பிரயாணம் செய்து கொண்டிருக்கும் பொழுது, ரயில் தண்டவாளத்தை விட்டு நிச்சயமாய் இறங்கிவிட்டதென்ற உணர்ச்சி ஏற்பட்டால் ரயில் பிரயாணிக்கு எப்படி இருக்கும்? அதைப் போன்ற தவிப்பு அவருக்கு ஏற்பட்டது.

'நீ கேட்பது புரியவே இல்லை. சிநேகிதனைப் பற்றிக் கோணலாய் ஆனால் எனக்குத் தெரிந்த வரையில் அவனைப் பற்றி அப்பழுக்குச் சொல்லமுடியாது. லஷ்மணர் என்றே சொல்லிவிடலாம். பெண்களென்றால் கால்களைத் தவிர அவன் கண்ணில் படவே படாதே?'

'லஷ்மணரா? அப்படியேதான். சீதையை வைத்திருந்த பர்ணசாலையை லஷ்மணர் சுற்றிச் சுற்றி வந்தார் என்று கேட்டிருக்கிறோமே, அதே மாதிரி சுற்றிச் சுற்றி வருகிறார், நம் அறையை.'

'அறை என்றால் சுற்ற முடியாதே?'

'முடியும். ஒருவரும் இல்லை என்று நினைத்துக் கொண்டு மூடியிருந்த கதவை மெதுவாகத் தள்ளி ஒட்டகை மாதிரி கழுத்தை உள்ளே நீட்டிக் கண்களைச் சுற்றிவிடுவது பிரதக்ஷிணத்திற்கு அதிகந்தானே!'

'நான் உள்ளே இருக்கிறேனா என்று பார்த்திருப்பான்.'

'கதவு மூடியிருந்தால் ஆள் உள்ளே இருக்க மாட்டார்கள் என்று கூடத் தெரியாத குழந்தை! அது போகட்டும். இதற்கு என்ன சொல்லுகிறீர்கள்?'

'எதற்கு?'

'நான் இரண்டாங்கட்டில் வெந்நீர் அறையில் குளித்துக் கொண்டிருந்தேன். இவர் குறுக்கும் நெடுக்குமாக ரேழியில் போனார். கடைசியில் கதவைத் திறந்து கொண்டு உள்ளே எட்டிப் பார்த்தார். நான் துண்டு கட்டிக் கொண்டிருந்தேன்.'

'குளித்தால் உள்ளே தாழ்ப்பாள் போட்டுக் கொள்ள வேண்டும் என்று எத்தனை தரம் சொல்லியிருக்கிறேன்?'

'உங்கள் சிநேகிர்தானே வீட்டில் இருக்கிறார், ஒன்றும் பிசகாய் இருக்காது என்ற நினைப்பிலே மனசு முன் ஜாக்கிரதையாக இருக்க மறந்துவிடுகிறது. இவர் என் நிலைமையைப் பார்த்து விட்டுத் திரும்பிப் போயிருக்க வேண்டியது தானே? அப்படிச் செய்யவில்லை. திறந்த வாசலண்டையே இரண்டு நிமிஷம் தயங்கித் தயங்கி நின்றார். அப்புறம் உள்ளே வந்து அவர் வீட்டு வெந்நீர்ப் பானையிலிருந்து ஒரு சொம்பு வெந்நீர் எடுத்துக் கொண்டு போனார். அது ஒரு பாசாங்கு, திருடன் போக்குக் காட்கிறாப் போல.'

'தண்ணீருக்காக வந்திருப்பான். உன்னையும் பார்த்திருக்காமல் இருந்திருக்க முடியாது. வெந்நீர் எடுக்கலாமா கூடாதா என்று யோசித்திருப்பான். எடுத்துக் கொள்ளாமல் போனாவல் விபரீதமான அர்த்தம் உண்டாகிவிடுமே என்று பயந்து தண்ணீர் எடுத்துக் கொண்டு போயிருக்கிறன். அவ்வளவு தான். இது தெரியாமல் காகூ என்று இட்டுக் கட்டுகிறாயே?'

'இன்னும் நம்பிக்கை வரவில்லையா? இங்கே வாருங்கள்.'

அவர் கூடவே சென்றார். கயிற்றுக் கொடியண்டை அழைத்துப் போய்க் கீழே சுட்டிக்காட்டிவிட்டு, 'இது என்ன?' என்றாள்.

'நீ என்ன கண் டாக்டரா? எனக்கு ஒன்றும் கண் இன்னும் கெடவில்லை. இது உன் ஜம்பர்?'

'அது?'

'கதர் வேஷ்டி'

'யாருடையது?'

'சிநேகிதனுடையது தான்'

'இவ்வளவு பெரிய கொடியிலே அவருக்கு வேஷ்டி காயப் போட உன் ஜம்பருக்கு அடுத்தாற் போலத்தான் இடம் கிடைக்கிறது. வேறு எங்கேயும் கொடியில் இடம் அகப்படவில்லை. அப்படித்தானே?'

'அதனாலே குடி முழுகிப் போனதென்ன, தெரியவில்லையே.'

'சரிதான். இயற்பகை நாயனார் மாதிரி உங்கள் சிநேகிதரிடம் என்னை ஒப்படைக்கக் கூட நீங்கள் தயங்க மாட்டீர்கள் போல் இருக்கிறது. உங்களுக்கெல்லாம் சூஷ்மம் தெரியாது.'

டிரௌஸர் போட்டிருந்தவருக்கு மேலே பேச முடியவில்லை. இளமையின் மின்சாரத்தை விழித்தெழச் செய்வதுதான் இதற்கு மாற்று என்று நினைத்து, கடகம் பூண்ட மனைவியின் கையைத் தட்டிக் கொடுத்துக் கொண்டே சொன்னார்.

'அதெல்லாம் தெரியாமல் போகவில்லை. நாளைக்கே ஜாகை மாற்றி விடுவோம். நொந்து கொள்ளாமல் சமத்தாய்ப் போய்க் காபி கொண்டு நீ இன்னும் சாப்பிட்டிருக்க மாட்டாயே, இரண்டு பேரும் வா, சாப்பிடலாம்.'

விவரிக்க முடியாத ஆழ்ந்த இன்ப உணர்ச்சியை உண்டாக்குவதில் ஸ்பரிசத்தைப் போன்ற புலன் வேறொன்றும் இல்லை. பெரியா நங்கையைக் கண்டு படம் ஒடுக்கும் நல்ல பாம்பு போல்அவள் சினம் தணிந்தது. வேகமாக, தடதடவென்று மாடிப்படிகள் வழியே இறங்கினாள்.

மாடிப்படி கொஞ்சம் அகலக் குறைவு. தாராளமாக இருவர் போக முடியாது. மாடிப்படியில் பாதி தூரத்துக்கு மேல் வழக்கம் போல் தலையைத் தொங்கப் போட்டுக் கொண்டு கதர் வேஷ்டிக்காரர் ஏறிவந்து கொண்டிருந்தார். தடதடவென்ற கால் சப்தம் கேட்டு தலை நிமிர்வதற்கும் பட்டுப் புடவைக்காரி அவர் மீது ஓரளவு மோதிக்கொண்டு கடப்பதற்கும் சரியாக இருந்தது. அவரைக் கடந்த பிறகு பட்டுப் புடவைக்காரி திரும்பிப் பார்த்து விட்டுக் கீழே

இறங்கிப் போனாள். கதர் வேஷ்டிக்காரர் தலையைத் திருப்பவில்லை.

பழையபடி தலையைத் தொங்கப் போட்டு கொண்டு பாக்கிப் படிகளில் ஏறினார். படிகளுக்கு முடிவிலுள்ள சதுரத்தில் கால் வைத்த பொழுது தான் தம் மனைவி அங்கே நின்று கொண்டிருந்ததைப் பார்த்தார். அவளுடைய கண்களில் சந்தேகம் குடிகொண்டிருந்தது. கணவனைப் பார்த்ததும் கூட உள்ளம் மலர்ந்ததாக முகத்தில் தெரியவில்லை. கதர் வேஷ்டிக்காரர் ஆச்சர்யப்பட்டுக் கொண்டே மாடியில் தம் அறைக்குள் நுழைந்தார். கூடவே அவருடைய மற்றொரு நிழலைப் போல் அவள் பின் தொடர்ந்தாள். அறைக்குள் நுழைந்தது தான் தாமதம்.

'ஆமாம், நீங்கள் என்ன நினைத்துக் கொண்டிருக்கிறீர்கள்?'

'ஆபிஸில் ஒரு தகராறு; அதைப் பற்றித் தான்.'

'அந்தக் கதையைக் கேட்கவில்லை. இந்த வீட்டில் எதற்காகக் குடி வந்தீர்கள்?'

'குடி இருப்பதற்காகத் தான்.'

'யாரோ சிநேகிதர் இங்கே இருக்கிறார் என்றீர்களே, அவர் யார்?'

'ஏன் அவன் தான்.'

'அவனா, அவளா?'

கதர் வேஷ்டிக்காரர் திணறிப் போய் விட்டார். மிகவும் கோணலான கேள்வி! இருந்தாலும் எதிர் பாராத தாக்குதலை அமைதியாகச் சமாளிக்காவிட்டால் வேறு வழி ஏது?

இதென்ன அசட்டுக் கேள்வி? அவனும் நானும் காலேஜில் சேர்ந்தே வாசித்தோம். சேர்ந்தே பரீக்ஷை தேறினாம். எங்களை இரட்டையர்கள் என்று கூடச் சொல்லுவார்கள்.

'அவராக இருக்க முடியாது. நேற்று நடந்தது என்ன தெரியுமா? மாடியில் நம்முடைய அறை வாசலில் ஒரு பொட்டலம் கதம்பம் வைத்திருந்தது. அதை யார் வைத்திருப்பார்கள்.?'

'உன் சிநேகிதி.'

'அவள் வைக்கமாட்டாள். அவள் ரொம்ப ராங்கிக்காரி. ஒரு சின்னக் காரியம் செய்தால் கூட உலகறியத் தமுக்கடிக்கும் சுபாவம். புஷ்பம் கொடுக்க வந்தால் ரொம்பப் பெருமையாக அவளே கொண்டு வந்து கொடுத்திருப்பாள்.'

'பின்?'

'உங்கள் சினேகிதராய்த்தான் இருக்கும்.'

'இருந்தாலும் என்ன?'

'என்னவா? அது கதம்பம் அல்ல. கெட்ட எண்ணத்தின் பொட்டலம். ஒருவர் வீட்டுப் பெண் பிள்ளைக்கு மற்றொருவர் புஷ்பம் வாங்கிக் கொடுக்கலாமா'

'சேச்சே! அப்படி அவனை நினைக்கக் கூடாது.'

'பின் ஏன், நீங்கள் இங்கே இல்லை. நான் இருக்கிறேன் என்று தெரிந்த போதிலும் தன் அறையிலிருந்து சீட்டி அடிக்கிறார்? அதனால் தான் அவனா அவளா என்றேன். இந்த மாதிரி ஆள் உங்கள் சினேகிதராக இருக்க முடியாது. அவள் வந்து... என் கூட வாருங்கள் காட்டுகிறேன்.'

மனைவி அறையைவிட்டு வெளியே வந்தாள். இப்பொழுது தூக்கு மேடைக்குச் செல்லும் கைதிபோல் கணவன் சென்றான். கொடியண்டைவந்து நின்று கொண்டு, 'இதைப் பார்த்தீர்களா?' என்றாள்.

'எதை?'

கண்ணை வைத்து இங்கே பாருங்கள்.

குறிப்பிட்ட இடத்தைப் பார்த்தார். பட்டு ஜம்பரும் கதர் வேஷ்டியும் தரையில் கலந்து விழுந்திருந்தன.

'காற்றில் விழுந்திருக்கும் இதில் என்ன அதிசயம்?'

'கதர் வேஷ்டி யாருடையது?'

'என்னுடையது.'

'ஜம்பர்?'

'அந்தப் பெண்ணுடையது.'

'உங்கள் வேஷ்டிக்கு அருகில் அந்த ஜம்பரை ஏன் காயப் போட வேண்டும்?'

மாடிப்படி சதுரத்தில் அவள் பார்த்த பார்வையின் பொருள் அப்பொழுது தான் தெரிந்தது.

'நீ விபரீதமாக நினைத்துக் கொண்டிருக்கிறாய்'

'நானா? விபரீதமாகவா?'

'உங்களுக்கு ஆபீஸிலிருந்து வந்த களைப்பு. ஆபிஸ் சண்டை வேறு ஞாபகம். தர்மாஸ் பிளாஸ்கில் காபி வைத்திருக்கிறேன். சாப்பிட்டுவிட்டுச் சாவாதானமாய் யோசித்துச் சொல்லுங்கள்.'

இருவரும் தங்கள் அறைக்குள் சென்றார்கள். கதர் வேஷ்டிக்காரரர் தர்மாஸ் பிளாஸ்கிலிருந்த காபியைச் சாய்வு நாற்காலியில் உட்கார்ந்து சாவதானமாகக் குடிக்க ஆரம்பித்தார். இரண்டு தம்ளர் ஆயின.

'உங்களை இடித்துத் தள்ளிக் கொண்டு கீழே இறங்கினால் என்ன அர்த்தம்?' என்றாள், விட்ட இடத்தில் ஆரம்பித்து.

பதில் சொல்லாமல் மற்றொரு கிண்ணத்தை வாய்க்கருகில் எடுத்துச் சென்றார்.

அப்பொழுதுதான் பட்டுப் புடவைக்காரி புகைகிற காபியுடன் தன் அறைக்குள் நுழைந்தாள். ட்ரௌஸர் போட்டவர் காபியை ஆற்றிச் சாப்பிட்டார்.

'உங்கள் சினேகிதருக்காகச் சப்பைக் கட்டு கட்டிப் பேசினீர்களே, இப்பொழுது என்ன நடந்தது தெரியுமா?'

'எனக்கு எப்படித் தெரியும்? நான் இங்கே இருக்கிறேன்.'

நான் மாடிப்படியில் இறங்கிப் போனேனா? அவர் மேலே வந்தார். என்மேல் இடித்துக் கொண்டே போனார். எப்படி இருக்கிறது சினேகிதம்.

'நீ வருவதைப் பார்த்திருக்கமாட்டான்.'

'சரி, கிட்ட வந்த பிறகு?'

'வழிதான் அவ்வளவு குறுகலாச்சே.'

'கீழே இறங்கக் கூடாதோ?'

'இறங்கியிருக்கலாம். நீயாவது அவர் போகட்டும் என்று மேலே வந்திருக்கலாமே.'

'எனக்குத் தோன்றவில்லை.'

'அவனுக்கும் தோன்றி இருக்காது.'

'இதோ எவ்வளவு ருஜூக் கொடுத்தும் உங்களுக்குப் புரிய வில்லை. ஜாகை மாற்றுகிறீர்களா நான் அம்மா வீட்டுக்குப் போகட்டுமா?'

இந்தப் பேச்சு நடந்து கொண்டிருந்தபொழுது தான் கதர் வேஷ்டிக்காரர் மூன்றாவது கிண்ணத்தைக் குடித்து விட்டுக் கீழே வைத்தார். மற்ற அறையில் நடந்த பேச்சு இவர்கள் காதில் விழாமலில்லை.

'பார்த்தீர்களா பேச்சை?'

‘அந்தப் பெண் சொல்வது நியாயந்தானே? நான் கொஞ்சம் கீழே இறங்கி வழிவிட்டிருக்கலாம். தோன்றவில்லை.'

'தோன்றுமா? தோன்றாமல் ஏதோ ஒன்று மனசை மறைத்து விட்டது. அதுவே தான் வேஷ்டிகிட்ட ஜம்பரை காயப் போடும் படி சொல்லியிருக்கிறது. இதோ எனக்கு ஏற்கனவே காது குத்தியாகிவிட்டது. மறுபடியும் தேவையில்லை. இவ்வளவு காட்சிகளை நான் கண்ட பிறகு உங்களால் குத்தவும் முடியாது. மாற்றுகிறீர்களா, நான் அம்மா வீட்டுக்குப் போகட்டுமா?'

‘இது என்ன ராஸாபாஸம்! உன் இஷ்டப்படியே ஜாகை மாற்றிவிடுவோம்' என்று இரு கணவர்களும் அவரவர் மனைவிகளிடம் சொல்லிக் கொண்டே அறைகளை விட்டு வெளியேறினார்கள்.

இருவரும் ஒருவர் பின் ஒருவராக இறங்கித் தெருத் திண்ணைக்கு வந்தார்கள். ஒரு நிமிஷம் ஒருவர் முகத்தை ஒருவர் பார்த்துக் கொண்டனர். இருவர் முகத்திலும் களங்கம் இல்லை.

‘என் மனைவி சொன்னது காதில் விழுந்தததா?' என்றார் ட்ரெளஸர்காரரர்.

'விழுந்தது.'

‘என் மனைவி சொன்னது காதில் விழுந்தததா?' என்றார் கதர் வேஷ்டிக்காரர்.

‘விழுந்தது' என்றார் மற்றவர்.

‘என்ன செய்வோம்?.'

'ஜாகை மாற்றிவிட வேண்டியதுதான்.'

‘காரணம்?.'

‘அவர்கள் சொல்வதற்காக அல்ல. காரணம் வேறு: நாம் சினேகிதர்கள் என்றால் நம் மனைவிகளும் சிநேகிதமாயிருந்தால் தானே?'

‘நானும் அதுதான் நினைத்தேன்.'

அதற்குள் கதர் வேஷ்டிக்காரருக்கு ஒரு நினைவு வந்தது. மாடிக்குப் போய்த் திரும்பினார்.

‘எங்கே போய் வந்தாய்?.'

'கலகத்துக்குக் காரணத்தை உள்ளே எடுத்து வைத்தேன்.'

'நானுந்தான் மறந்துவிட்டேன்' என்று ட்ரௌஸர்காரர் மாடிக்குப் போய், பட்டு ஜம்பரை மனைவியிடம் எடுத்துக் கொடுத்து விட்டுத் திரும்ப கீழே வந்தார்.

நண்பர்கள் சேர்ந்து கிளம்பினார்கள். அவரவர்களுக்கு வீடு பார்க்க.

அப்பொழுது அடித்த அலைகாற்றில் வெறும் கொடி ஊசலாடிற்று. இரண்டு பெண்களும் பழையபடி பின்னத் தொடங்கினார்கள்.

'நல்ல வேஷ்டி! நல்ல ஜம்பர்!' என்று முணு முணுத்தேன்.

‘பன்னிரண்டு மணிக்குப் படுத்த ஆளு மணி அஞ்சாச்சு. எழுந்திரு, என்று புரட்டினான் தையற்காரன்.

முத்தம்மன்

சில உத்தியோகங்கள் பார்ப்பது அதிர்ஷ்டவசம் என்பதில் சந்தேகம் இல்லை. தாலுகா ஆபிஸ் குமாஸ்தாவுக்கு கலை வளர்ச்சியிலோ சரித்திர ஆராய்ச்சியிலோ இறங்க நேரம் கிடைக்கும் என்று எதிர்பார்க்க முடியாது. என்னைப் போல பள்ளிக் கூடங்களின் இன்ஸ்பெக்டராயிருந்தால் அப்படி அன்று. கலை முதலிய விஷயங்களில் ஈடுபட வேண்டுமான அவகாசம் கிடைக்கும்.

முத்தாபுரம் பள்ளிக்கூட பரிசோதனைக்குப் போயிருந்த பொழுது ஒரு நாள் பிற்பகலில் வேண்டிய நேரம் கிடந்தது. எனக்கு வேலை ஒன்றுமில்லை. சும்மா உலாவலாம் என்று கிளம்பினேன். கிராமத்துக்கு ஒரு மைல் வடக்கே போயிருப்பேன். வேலி போட்டு அடைத்த அழகிய புளியந்தோப்பொன்று தென்பட்டது. அதைக் கண்ட பிறகு அப்பால் செல்ல மனம் வரவில்லை. ஒரு தரம் வேலிக்கு வெளிப்புறமாகத் தோப்பைச் சுற்றி வந்தேன். மேலண்டைப்புறம் தோப்புக்குள் போக வழி இருந்தது. சாதாரண வழி அல்ல.

இடுப்பு வேஷ்டி சட்டை இவைகளை வழித்துச் சுருட்டி ஊர்த்துவ தாண்டவத்தைப் போல் ஒரு காலை உயர நீட்டி கவட்டைக் கழியைத் தாண்டாவிட்டால் சட்டையும் சதையும் கருவமுள்ளில் மாட்டி பாவட்டாவாகி விடும். சட்டைக்கு ஒரே கிழிசலும் சதைக்கு ஒரு பழுதுமின்றி நான் உள்ளே சென்றேன்.

தோப்பு நடுவில் ஒரு சிறிய கோவில் இருந்தது. வாசலில் ஒரு கிழவன் குந்திக்கொண்டு பீடி பிடித்துக் கொண்டிருந்தான்.

நான் நெருங்கியவுடன் பீடியை எடுத்து பின்புறமாக ஒளித்துக்கொண்டு ‘என்ன பார்க்கிறீங்க’ என்றான்.

'ஒன்றுமில்லை கோவிலைத்தான்'

அவன் பின்புறமாக பீடியை எறிந்து விட்டு ‘நான் தான் பூசாரி’ என்றான்.

கோயிலுக்குள் நுழைந்தேன். அவனும் கோயிலுக்குள் நுழைந்து அழுக்குப் பிடித்த ஒரு தாம்பாளத்தில் சூடம் வைத்துக் கொளுத்தி விக்ரஹத்தின் முகத்திற்கெதிரில் பிடித்தான். அழகு கொஞ்சும் அம்மன் சிலை. சிலை அழகென்றாலும் தலை இடதுபுறம் சாய்ந்து துயரத்தின் களை வீசிக்கொண்டிருந்தது. துயரம் சந்தோஷம் இரண்டுக்கும் அப்பாற்பட்ட சாந்தமல்லவா சிற்பம் தெய்வங்களுக்கு விதித்திருக்கிறது?

இந்த விக்ரஹம் வேறு களையுடன் இருந்ததால் இது தேவதையா என்ற ஐயம் எனக்கு எழுந்தது.

பூசாரி கொடுத்த சாம்பலை நெற்றியிலிட்டுக் கொண்டே ‘அம்மனுக்குப் பெயரென்ன?’ என்றேன்.

'முத்தம்மன்'

'இதுக்கு ஸ்தல புராணம் உண்டா?'

‘அதென்னமோ தெரியாது, ஆனா செப்புத் தகட்டிலே பாட்டு எழுதியிருக்கு.’

‘அம்மனைப் பார்த்தால் ஆள் மாதிரி இருக்கே. அதுதான் கேட்கிறேன்.’

‘அதென்னங்க சாமி அப்படிச் சொல்றீங்க. அவ மகிமை இந்த ஊர் பிழைக்குது’

'எனக்கு மட்டும் சந்தேகம் நீங்கவில்லை. 'அந்த செப்பேடு எங்கே?'

'இப்பொ சொன்னீங்களே அது சரி, அதுலெ அம்மன் வரலாறெல்லாம் எழுதி இருக்குன்னு எங்க பாட்டன் நான் புள்ளையா யிருக்கிறப்போ சொல்லி இருக்காரு. வேணாப் பாருங்க' என்று விக்ரஹத்துக்குப் பின்னாலிருந்த இருபத்தி ஒன்று செப்பேடுகளைக் கொண்டு வந்து கொடுத்தான்.

அவ்வளவும் பாட்டு

ஆதாரம் மலர்ந்திலங்க பிரும்மதண்டம் அரசின்கீழ்
வேதார்த்தம் விளக்கவந்த எங்கள் தொந்தி பாதாரவிந் தங்கள்
போதார்த்தம் விள்ளவே பாவியோம் தலையில் நாட்டிச்
சாகாத எழுத்தெழுதக் காப்பு

என்பது கணபதி காப்பென்று கண்டுபிடிக்க ரொம்ப கஷ்டமாகி விட்டது. அவ்வளவு எண்ணெய் பிசுக்கு! அவ்வளவு பாட்டுகளையும் தட்டுத் தடவிப் படித்துப் பொருள் கண்டு பிடித்த சிரமத்தையெல்லாம் உங்களுக்குக் கொடுக்க இஷ்டமில்லை. வரலாற்றை மட்டும் வசனத்தில் சொல்லலாம்.

ராஜாதி ராஜன் ராஜமார்த்தாண்டன் சோழ பூபதி (பெயர் ஏட்டில் சரியாகத் தெரியவில்லை) சிங்காதனமேறிய காலத்தில் எழுந்த தாயாதி விவகாரம் ஒருவாறு முடிந்திருக்கிறதே அன்றி முற்றிலும் மறையவில்லை. சோழனுக்கு வெகு நாள் வரையில் மகனில்லாதிருந்தது தாயாதிகளுக்கு மனப்பால் குடிக்க இடமளித்துக் கொண்டிருந்தது. ஆனால் வயது முதிர்ந்த காலத்தில் சோழனுக்கு ஒரு ஆண் மகவு பிறந்ததும் அரசனுக்குப் பேரானந்தத்தையும் தயாதிகளுக்கு எரிச்சலையும் தந்தது. மகனைப் பத்திரமாகப் பாதுகாக்க வேண்டுமே என்ற கவலை. அந்தக் கவலைக் கூட அரசனுக்கு ரொம்பநாள் நீடிக்கவில்லை. ஏனெனில் அரசனே மகன் பிறந்த பதினேழாவது நாளில் திடீரென்று மாரடைப்பால் காலமாகி விட்டார். ராணி தான்

திசையறியா மரக்கலத்ததைப் போல் கலங்கினாள். மகனை தயாதிகளினின்று இனி காப்பதெப்படி என்பதே கவலையாகி விட்டது.

அரண்மனை தாதி முத்தாம்பா ராணியிடம் குழந்தையைத் தான் இரவில் எடுத்துப் போய் காப்பாற்றி விடுவதாக யோசனை கூறினாள். தண்ணீரில் முழுகுகிறவனுக்குத் துரும்பும் தெப்பக் கட்டையாய்த் தோன்றுமாமே. ராணி சம்மதித்தாள். அன்றிரவே குழந்தை தாதி முத்தாம்பா வீட்டுக்கு எடுத்துச் செல்லப்பட்டது. தாதிக்கும் ஒரு ஆண் மகன் உண்டு. அதற்கு வயது 19 நாள்.

எடுத்துச் சென்ற நாற்பத்தி ஐந்து நாள் வரையில் ராஜ்யத்தில் எவ்வித தகராறும் இல்லை. ஏனென்றால் தாயாதிகளுக்கு குழந்தை அரண்மனையில் இருப்பதாகவே நினைப்பு. வாடியிருக்கும் கொக்கைப் போல குழந்தயை ஒழித்துவிட சந்தர்ப்பத்திற்காக காத்துக் கொண்டிருந்தார்கள்.

தாதி முத்தாம்பா தினம் இரு குழந்தைகளையும் இரண்டு மார்பில் விட்டு பாலூட்டி வளர்த்து வந்தாள். ஒரு குழந்தையின் தலையில் மட்டும் ஒரு பொன் குல்லாயும், மார்பில் முத்தாரமும் இடைவிடாது போட்டிருக்கும். அதுதான் அரச குழந்தை. குழந்தையின் மீது காற்றுக் கூட படாதபடி அவள் வளர்த்தது கடவுளுக்குக் கூடத் தெரியாது. ஆனால் தாயாதிகளுக்கு விஷயம் எப்படியோ தெரிந்து விட்டது என்ற தகவல் நாற்பத்து ஆறாவது நாள் காலை பத்து நாழிகைக்கு தாதிக்குத் தெரிய வந்தது. என்ன செய்வதென்றே அவளுக்குப் புரியவில்லை. அதற்காக யோசனை செய்யக்கூடிய அவகாசம் கூட கிட்டவில்லை. ஏனெனில் குதிரை மேல் ஏறிக்கொண்டு உருவிய கத்தியுடன் ஐம்பது பேர் தெருக்கோடியில் வருகிறார்கள் என்ற செய்தியை வீடு கூட்டி பதை பதைத்து தாதியிடம் வந்து சொன்னாள். முத்தாம்பா ஒரு வினாடி யோசித்தாள். மறு வினாடிக்குள் அரசனுடைய குழந்தையின் தலையிலிருந்த பொன் தொப்பியையும் கழுத்திலிருந்த முத்தாரத்தையும் கழட்டி தன் குழந்தைக்குப்

போட்டாள். பிறகு இரண்டு குழந்தைகளையும் எடுத்து மார்புடன் அணைத்து பால் கொடுத்தாள்.

குதிரைகள் குளம்போசை வாசல் கதவண்டை நின்றது. சூறைக் காற்றைப் போன்ற வேகத்தோடு வீட்டிற்குள் இருபது வீரர்கள் உருவிய கத்தியுடன் புகுந்து அரசன் மகனைத் தேடிக் கொண்டு வடவண்டை அறைக்கு வந்தார்கள். சுவற்றோரத்தில் இரு குழந்தைகளுக்கும் தாதி பால் கொடுத்துக் கொண்டிருந்ததுதான் தாமதாம், ஒரே பாய்ச்சலாகத் தாதியிடம் பாய்ந்தார்கள். முத்தாரத்து மோகராவை ஒரு கையால் இழுத்து விளையாடிக் கொண்டே குழந்தை பால் சாப்பிட்டுக் கொண்டிருந்தது. ஒருவன் முத்தாரம் போட்டிருந்த குழந்தையைப் பிடித்திழுத்தான். ஒருவன் வாள் மின்னிற்று. அத்துடன் குழந்தை இரண்டாயிற்று.

'ஐயோ' என்றலறினாள் தாதி. மறு நிமிஷத்தில் நூற்றுக்கணக்கான ஜனங்கள் கூக்குரலிட்டுக் கொண்டு அறைக்குள் புகுந்தனர். இவர்கள் யார் என்று தாதிக்கு விளங்கவில்லை. ஆனால் முதலில் வந்த கூட்டத்தினர் மேல் இவர்கள் ஆரவாரமிட்டுப் பாய்ந்து சின்னா பின்னப்படுத்திய பொழுது தான் அரசனிடம் அன்புகொண்ட கோஷ்டியார் இவர்கள் என்று விளங்கிற்று. தன் குழந்தை உயிர் போனது பெரிதாகத் தோன்றவில்லை. ஆனால் சூது வெளிப்பட்டு அவர்கள் திரும்பவும் மறுக் குழந்தையிடம் வந்துவிட்டால் மோசமல்லவா என்று தத்தளித்துக் கொண்டிருக்கும் பொழுது நல்ல வேளையாக இவர்கள் வந்தார்கள்.

இரண்டு நாழிகை நேரம் வரையில் சந்தடி, சண்டை, கத்திவீச்சு, பிணங்கள், பிறகு கலகம் ஓய்ந்து அமைதி நிலவிற்று. அப்பொழுது தான் அரசன் குழந்தை எங்கே என்று விசாரிக்க வந்தவர்களுக்குத் தோன்றிற்று. தாதி திரும்பவும் பழைய முத்தாரத்தைக் கழுவி அதையும் பொன் குல்லாவையும் அரசன் குழந்தைக்கு மாட்டி வந்தவர்களிடம் காட்டின பொழுது செவிபட கோஷமெழுந்தது. ஓசை

அடங்கவும் 'வெட்டுண்டு கிடக்கும் அந்தக் குழந்தை யார்?' என்று ஒருவன் கேட்டபொழுது தான் தாதி தன் தந்திரத்தை வெளியிட்டாள். 'ஆஹாஹா' என்று சந்தோஷமும் துயரமும் கலக்க கூச்சலிட்டு தாதியின் காலில் விழுந்தெழுந்தார்கள். அடுத்த நிமிஷம் அவ்வளவு கூட்டமும் அரண்மனையை நோக்கி ஓடி ராணியிடம் அவ்வளவு தகவலையும் ஒளரிக் கொட்டினார்கள்.

ராணிக்கு மகிழ்ச்சி உண்டாகவில்லை. துயரம் கரை புறண்டோடிற்று. ஒன்றை பலியிட்டு ஒன்றைக் காப்பாற்ற வேண்டுவதா கடவுள் திருவுளம் என்று கதறினாள்.

இந்தக் காலத்தின் நினைப்புத் தேய ஒரு வாரமாயிற்று. ராணிக்கு அப்பொழுதுதான் ஒரு யோசனை உண்டாயிற்று. தாயாதிக் காய்ச்சலில் இனி போட்டியிட யாரும் மிச்சமில்லை. நடந்த கலகத்துடன் பூண்டற்றுப் போயிற்று. ஆகையினால் தெளிவுடன் இளவரசனுக்குப் பிரதிநிதியாக, சோழபுரம் என்று பெயரிட்டிருந்த ஒரு முழு கிராமத்தையே முத்தம்மாபுரம் என மாற்றி இருபத்தி ஒன்று செப்பேடுகளில் இவ்வரலாற்றையும் இந்த இனாம் சாஸனத்தையும் செய்யுளில் எழுதச் செய்து தன் முத்திரையையும் இட்டாள். அச்செப்பேடுகள் தாம் இந்த இருபத்தி ஒன்றும்.

செப்பேடுகளைப் படித்து முடித்துவிட்டு பூசாரியை நோக்கி 'நான் சொன்னது போலத்தான் இருக்கிறது. இந்த விக்ரஹம் தான் தாதி முத்தம்மா' என்றேன்.

பூசாரி தலையை ஒரே ஆட்டாக ஆட்டி 'அதெல்லாம் இல்லிங்க. பாட்டு நெறடுன்னூட்டு எங்க பாட்டன் சொல்லுவாரு, ரொம்ப ரொம்ப தமிழ் படிச்ச பேருக்குத்தான் புரியுமாம். அவர் இதெல்லாம் சொல்லலியே.... நீங்க என்னா படிச்சிருக்கீங்க' என்றான்.

பள்ளிக்கூட இன்ஸ்பெக்டரை பூசாரி பரிசோதிக்க ஆரம்பித்தால் இன்ஸ்பெக்டர் என்ன சொல்லமுடியும்.

வித்யாசம்

'மனுஷாலெல்லாம் குரங்கின் வம்சம் என்று மேல்நாட்டு புஸ்தகங்களில் படிக்கிறோமே, அது பொய் என்று சில சமயம் தோணுகிறது. நிஜமாக இருந்தால் நல்லதென்று சில சமயம் தோணுகிறது.'

'குரங்கு என்று என்னை இப்பொழுது வைவதற்காகவா?'

'அடி அசடு! அதெல்லாம் இல்லை. அந்த மாதிரி இருந்தால் சிவனே என்று ஏதாவது ஒரு புளியமரத்தையோ ஆலமரத்தையோ பிடித்துக் கொண்டு விடலாம். வாடகையும் கிடையாது. மரங்களுக்கும் பஞ்சமில்லை.'

'மனுஷாளாகி விட்ட பிறகு அந்தப் பேச்சேது? இனிமேல் ஆகவும் முடியாது?'

'இல்லாவிட்டால் நரிக்குறவனாயிருந்தால் கூட போதும். சம்மந்தட்டி கூடாரத்தை எங்கேயாவது ஒரு பொட்டலில் போட்டுவிட்டு ஹாய்யாகப் பொழுதை ஓட்டலாம்.'

'முடவன் கொம்புத்தேனுக்கு ஆசைப்பட்ட கதைதான். அதிலேயும் புருஷர்களே இப்படித்தான்.

'முடவச்சி என்று சொன்னார்களா, பாருங்களேன்.... இந்த யோசனை எல்லாம் ஜாகை கிடைக்காததினால்தானே?'

'ஆமாம். வந்து பதினைந்து நாள் ஆகிவிட்டது. எங்கள் ஆபீஸ் சினேகிதனிடம் சொன்னேன். அவன் சலித்துச் சலித்துப் பார்த்துவிட்டு ஜாகையே கிடைக்கவில்லை என்று சொல்லி விட்டான்.'

'ஒன்றுமே கிடைக்கவில்லையா?'

'இந்தக் காலத்திலே ஊசி குத்துகிற இடத்திலே ஒன்பது பேர் குடியேறி விடுகிறார்கள்.'

'ஒரு ரூம், தாழ்வாரம் இருந்தால் கூட போதுமே. முப்பத்தி எட்டுக் கோடியாக இருந்த ஜனத்தொகை இன்றைக்கு நாற்பத்தி மூன்று கோடியாகிவிட்டது. அதுக்குத் தகுந்தாற் போல் வீடுகள் அதிகமாயிருந்தால் கஷ்டமிருக்கது. வீடுகள் அதிகமும் ஆகவில்லை. ராஜாங்கமும் இந்த முக்கிய விஷயத்தைக் கவனிக்கவில்லை.'

'இது தான் உங்களிடத்திலே உள்ள பிசகு. சின்ன விஷயத்தைப் பத்தி பேசினால் பெரிய பேச்செல்லாம் ஆரம்பிப்பீர்கள். நம் வீட்டுத் திட்டத்தை விட்டு விட்டு தேசீய திட்டத்துக்குப் போய் விடுவீர்கள். இதே புருஷர்கள் வழக்கம். ஒரு ரூம் தாழ்வாரம் கூடக் கிடைக்கவில்லையா என்றால்?'

'பங்களாக்கள் வேணுமானால் கிடைக்கும். ஒரு மாத சம்பளம் எண்பது ரூபாயைக் கொடுத்தால் ஒண்ணரை மைலில் உள்ள ஒரு பங்களா கிடைக்குமாம்.'

'ஜாகை போக வேண்டியது தானே?'

'சர்க்காரில் செலவுக்குப் பணம் போதவில்லையென்றால் புது வரி போட்டு வரவைச் சரிக் கட்டுவார்கள். நாம் யார் தலையிலே கை வைக்கலாம்?'

'விக்கிரமாதித்தன் வேதாளம் மாதிரி முருங்கை மரத்துக்குப் போரேளே. ராஜாங்க சமாச்சாரமே வேண்டாம். சொல்லுங்கோ. இந்திர சபை கொலு பொம்மைகளுக்குத் தகும். ஏனென்றால் அவைகளுக்குப் பசிக்காது. நாம் என்ன கொலு பொம்மையா சம்பளத்தை வாங்கி பங்களாகாரனுக்குக் கொடுத்துவிட்டு சாப்பிடாமல் இருக்க! உங்கள் ஆபிஸ்காரர்களுக்கு என்ன தெரியும்? அடுத்த வீட்டு வாத்தியாரை கேளுங்களேன்.' மனைவி கடைசியாகச் சொன்னதில் ஓரளவு உண்மை இருக்கத்தான் இருந்தது. ஆபிஸ்காரர்களுக்கு உள்ளூர் விஷயங்களில் அவ்வளவு

தேர்ச்சியும், அனுபவமும் ஏற்படுவதில்லை. உத்தியோக உறவு நாய்க் குடை மாதிரி. அழகாக, கும்பலாக உண்டாகுமே ஒழிய, வேர் விடுவதில்லை. உள்ளூர்க்காரர்கள் மரஞ்செடியைக் போல. அல்லது அருகம்புல்லப் போல வாசஸ்தலத்தில் ஆழ்ந்த பற்று இருக்கும். மரஞ்செடியைப் போன்ற அடுத்த வீட்டு வாத்தியாருடன் விஷயமாகப் பேசுவதெப்படி? அவரை நெருங்குவதெப்படி? அதுதான் புரியவில்லை.

அந்த ஊருக்கு வந்து ஒருவாரமாயிற்று. தினம் காலையில் அவர் வீட்டைக் கடந்து தான் ஆபிசுக்கு போக வேண்டும். அவரும் அந்த சமயத்தில் திண்ணையில் தான் உட்கார்ந்திருப்பார். தினசரி பேப்பரைப் பிரித்து வைத்தபடி கிடக்கும். தெருவில் போவேர் வருவோரைக் கவனித்துக் கொண்டிருப்பார் அல்லது நாலு பையன்களை மறித்துப் போட்டு கை நகத்தைக் கத்தரித்துக் கொண்டோ அல்லது காதைக் குடைந்துக் கொண்டோ தான் உட்கார்ந்திருப்பார். அறிமுகமாகி இருந்தாலல்லவா அவருடன் மேலே பேசலாம்? நானாக திடீரென்று போய் பேச முடியாது. பக்கத்து வீட்டுக்காரர் தானே என்று அவரும் தன் கௌரவத்தை மறந்து விட்டுப் பேசுவதாகக் காணோம். பின் மரஞ்செடியுடன் எப்படிப் பேசுவது? அதுதான் எனக்குப் புரியவில்லை. வழக்கம் போல் ஆபிசுக்குப் போய்த் திரும்பினேன். வீட்டிற்குள் நுழையக் கூட இல்லை.

‘கேட்டீர்களா’ என்றாள் மனைவி.

'திண்ணையில் இன்று காணோம்' என்று பொய் சொன்னேன்.

மறுநாளும் கேட்டாள்.

ஊரில் இல்லை போலிருக்கிறதே. காணவில்லை என்று பொய்யை அலங்கரித்துச் சொன்னேன். ‘பள்ளிக்கூடத்திற்கு இன்று விடுமுறையா என்ன?’ என்று கேட்டதும் விழித்தேன்.

மூன்றாவது நாளும் ஒரே பாடத்தைப் படிக்கலாமா?

'இன்றைக்குப் பார்த்தேன். கேட்க முடியவில்லை. பையன்களுக்கு ஏதோ கவனமாகச் சொல்லிக்கொண்டிருந்தார் என்று முந்திக் கொண்டேன்.'

இப்படியே ஏழுநாட்கள் ஓடிவிட்டன.

எட்டாவது நாள் காலை. ஆபிசுக்குக் கிளம்பும் சமயம், 'இன்னும் எத்தனை நாள் இந்த மாதிரி ஒருத்தர் தயவிலே வீட்டிலிருக்க உத்தேசம். இன்றைக்கேனும்......'

பேச்சை முடிக்கும்படி மனைவியை விடவில்லை. 'கட்டாயமாக அடுத்த வீட்டுக்காரரை விசாரித்து முடித்து விடுகிறேன்'

வழக்கம்போல் ஆபிசுக்கு கிளம்பினேன். அவரும் திண்ணையில் தான் உட்கார்ந்து கொண்டிருந்தார். காது குரும்பியும் அவர் கையில் இருந்தது. அவரைக் கண்டதும் என் கால்கள் தயங்கினவே ஒழிய மனது மட்டும் இச்சாணிக் கிளையிலிருந்து இறங்க மறுத்தது. இந்த சின்ன விஷயத்துக்காக வலியச் சென்று தன் மதிப்பை இழப்பதா? என்னைத் தெரியும் என்பதற்கறிகுறியான அரை புன்சிரிப்பேனும் அவர் முகத்தில் கண்டிருந்தால் இவ்வளவு சங்கடம் இருந்திருக்காது. இந்த நிலையில் நான் வேறு என்ன செய்யமுடியும்?

ஆபிசுக்குப் போய்விட்டு வீடு திரும்பினேன். 'கேட்டீர்களா?' என்ற கேள்வியுடன் என் மனைவி வரவேற்றாள்.

அவர் முகத்தை மறைத்துக்கொண்டு பத்திரிகை படித்துக் கொண்டிருந்தார். 'பிறகு கேட்கலாம் என்று போய்விட்டேன்.'

மனைவி இடி இடி என்று சிரித்தாள்.

'புருஷாளுக்கெல்லாம் கூடப்பிறந்தது வறட்டு ஜம்பம். அதுக்கு பழுது வரக்கூடாதென்று அவர்கள் படும்பாடும், சொல்லுகிற பொய்யும் செய்கிற தந்திரங்களும்'

நான் வாய் திறக்கவில்லை.

'உங்கள் சுபாவம் எனக்குத் தெரியாதா? புருஷாளை நம்பியா நாங்கள் குடும்ப காரியத்தைக் கவனித்து வருகிறோம்? இங்கே வந்த மறுநாளே ஜாகை அமர்த்திவிட்டேன்.'

'அமர்த்திவிட்டாயா? என்னிடம் சொல்லவில்லையே. போதாக் குறைக்கு அலைய வேறு வைத்து விட்டாயே? நான் என்ன பள்ளிக்கூடத்துப் பிள்ளையா பரிக்ஷை செய்வதற்கு? போகட்டும். யார் அமர்த்திக் கொடுத்தது?'

'அடுத்த வீட்டு வாத்தியார் சம்சாரம்தான்.'

'அந்த அம்மாவை முந்தியே தெரியுமா என்ன?'

'தெரியாது. தெரிந்து கொள்வது என்று இருக்கிறதா என்ன? இங்கு வந்த மறுநாள் மத்தியானம் நானும் சாப்பிட்டுவிட்டு சீவலை வாயில் போட்டுக் கொண்டு வெற்றிலை சுண்ணாம்புடன் திண்ணைக்கு வந்தேன். அடுத்த வீட்டுத் திண்ணையில் வாத்தியார் வீட்டு அம்மாள் உட்கார்ந்திருந்தாள். அந்த திண்ணைக்குப் போய் பேசிக்கொண்டிருந்தேன். சௌகரியமாக ஒரு இடத்தைச் சொன்னாள். ஒப்புக் கொண்டுவிட்டேன்.'

புருஷர்களை பழித்துக் காட்டுவதற்காக என் மனைவி செய்த கற்பனை என்றும் நான் முதலில் நினைத்தேன்.

'அப்படி என்றால் மறுநாளே குடி போயிருக்கலாமே?'

'புருஷர்களைப் போல சில்லரைப் பொய் சொல்லுகிறேன் என்று நினைக்கிறீர்களா? இது மார்கழி மாதம். தை மாதத்தில்தான் குடி போகலாம். அந்த சம்பிரதாயங்கள் எல்லாம் எங்கே ஞாபகம் இருக்கப் போகிறது?'

எனக்குப் பேச வாயில்லை. என் மனப்போக்கை ஊகித்து அதன் ஓட்டத்திற்கு விலங்கிட்ட என் பதிலுக்கு வணங்காமல் இருக்க முடியுமா? புருஷர்கள் தன்மை ஆம்! அதுதான்

அகங்கார மென்னும் கோபுரத்தின் உச்சியில் உட்கார்ந்திருக்கும் தன் மதிப்பென்னும் மயில்! உலகத்துடன் கலக்கவேண்டும் என்றால் கோபுரத்தை விட்டு இறங்கிப் பறக்க வேண்டியிருக்கிறது! ஆனால் அப்படி செய்யத்தான் அதிகமாக விரும்புவதில்லையே! இருந்தாலும் அந்த மயில் கூட இரை தேடுவதென்றால் இறகை விரிக்கவில்லையா?

இந்த மாதிரி சிந்தனையில் அன்றை பொழுது ஓடிவிட்டது.

மறுநாள் ஞாயிற்க்கிழமை ஆபிஸ் இல்லை. இருந்தாலும் கிளம்பினேன். உத்யோகஸ்தனுக்கு மோக்ஷலோகம் ஆபிஸ் தானே!

அடுத்த வீட்டுத் திண்ணையில் வாத்தியார் உள்பட யார் யாரோ உட்கார்ந்திருந்திருந்தார்கள். நடுவிலே ஒரு ஆங்கில தினசரி விரித்துக் கிடந்தது. ஆளுக்கொரு புறமாக பேசிக் கொண்டிருந்தார்கள். அணுவைப் பற்றிய சர்ச்சை!

நான் தெருவில் போன நேரத்தில் வாத்தியார் 'உலகத்துக்கே ஆயுள் நெருங்கிவிட்டதென்று எச். ஜி.வெல்ஸ் சொல்லுகிறாரே. என்ன சொல்லுகிறீர்? என்று கேட்டுக் கொண்டிருந்தார்.' என் கால்கள் தாமாகத் தயங்கின. நான் யோசித்து முடிவு செய்வதற்குள் கால்கள் என்னை அந்தத் திண்ணைக்கு இழுத்துச் சென்றுவிட்டன. 'உலகத்தின் முடிவைப் பற்றி பல ஜோஸ்யங்கள் வெளிவந்து விட்டன. உலகம் இதற்கு முந்தி பத்தாயிரம் தரம் செத்திருக்கிறது. வெல்ஸ் சொன்னது பாத்தாயிரத்தி ஒன்றாம் தடவை அவ்வளவு தான். உயிருக்கு சாவேது?' என்று சொல்லிக் கொண்டு உட்கார்ந்தேன்.

‘இவர்களுக்குப் புரியவில்லை. உலகம் சாகும், உயிர் சாகாது என்ற தத்வத்தை வற்புறுத்துகிறேன்' என்று மூலையிலிருந்தவர் சொல்லி முடிப்பதற்குள் ஒரு சிறு பையன் வந்து அம்மா உங்களை கூப்பிடறாங்க என்றான். எழுந்து, வீட்டு வாசலுக்கு வந்தேன். மனைவி திண்ணையில் நின்று கொண்டிருந்தாள்.

'அணுகுண்டைப் பற்றியும் அண்டத்தைப் பற்றியும் பேசப்போய் விட்டீர்களே அறிமுகம் ஆகிவிட்டதோ? என்றாள்.'

பேச்சு சுருக்கென்று தைத்தது.

'இதற்குப் பெயர்தான் புருஷர்கள் தன்மை' என்றாள்.

உண்மைதானே!

வண்டிக்காரர்கள்

இப்பொழுது உலகத்திலே பொய், ஏமாற்றம் இவைகள் அதிகமென்று சொல்கிறார்கள். இது உண்மையானால் ஏமாற்றம் என்ற அத்வைத தரிசனத்தைப் பற்றி சந்தேகிக்க இனி இடமே இல்லை. ஆனால் உலகில் நிறைந்திருப்பது ஆச்சர்யம், வினோதம் என்று நான் நினைக்கிறேன். மளிகைக் கடையில் ஐந்து பலம் மிளகு கேட்டால் நான்கு பலத்தை மாயாவித்தனமாக ஐந்து பலமாய் நிறுத்துப் பொட்டலம் கட்டிக் கொடுக்கிறாரே அந்த செட்டியார். அவர் மார்க்கெட்டுக்குப் போன கதை தெரியுமா? பத்து பலம் வெண்டைக்காய் வேணுமென்று வெள்ளை ரவிக்கைக்காரி வேணுவைக் கேட்டார். கட்டியிருந்த தலை மயிரை ஒரு தரம் அவிழ்த்துக் கட்டிக் கொண்டு நெகிழ்ந்திருந்த மேல் சேலையை இருக்கிக் கொண்டு அவள் வெண்டைக்காயை நிறுத்துக் கொடுத்தாள். செட்டியார் கைகள் அங்க வஸ்திரத்தை நீட்டி வெண்டைக்காயை வாங்கினவே ஒழிய அவர் கண்கள் சில நிமிஷங்களாகவே சிட்டுக் குருவி போல் கொண்டையிலும் சேலையிலும் மாறி மாறி தத்தித் திரிந்து கொண்டிருந்தது. நான் மட்டும் நிறுப்பதைப் பார்த்துக் கொண்டிருந்தேன். படிக்கல்லு போட்ட தட்டை இடது முழங்கால் சில்லு தாங்கிக் கொண்டிருந்தது. பின் ஏன் எட்டுப் பலம் வெண்டைக் காயைப் பத்து பலமாகவோ இருபது பலமாகவோ நிறுக்க முடியாது? அதாவது ஒருவனை ஒருவன் ஏமாற்றினால் அவனை ஒருத்தியோ (ஒருவனோ) நிச்சயம் ஏமாற்றி விடுவார்கள்.

செட்டியார் சமாச்சாரம் எதற்காகச் சொன்னேனென்றால் பாலத்தைத் தாண்டும் பொழுது இக்கரைக்குப் போய் அக்கரை போகிறோமல்லவா, அது மாதிரி அதிலிருந்து என்

சமாசாரத்திற்கு வரவேண்டும் என்பதற்காகத்தான். கூர்ந்து படித்திருந்தால் நான் ரகசிய போலீஸ் இலாகாவைச் சேர்ந்தவன் என்று ஊகித்திருக்கலாம். ஊகிக்காவிட்டாலும் தெரியும்படி இப்பொழுது சொல்லி விட்டேன். திருடனை ஏமாற்றுகிறவனை வண்டிக்காரன் ஏமாற்றிவிட்டான் என்றால், உலகத்தில் நிறைந்திருப்பது என்ன என்று பாருங்களேன். நான் திருச்சிக்குச் சென்றிருந்தேன். தெப்பக்குளத்தில் இருந்து மார்க்கெட்டுக்குப் போக வேண்டியவன். ஜட்காவைக் கூப்பிட்டேன். மறு நிமிஷம் ஏன் கூப்பிட்டோமென்றாகி விட்டது. இரண்டு ஜட்காக்கள் என்னை நோக்கிப் பாய்ந்தன. வண்டி வாடகை சம்பாதிக்கும் ஆத்திரத்தில் இரண்டு வண்டிச் சக்கரங்களும் சிக்கிக்கொண்டன. அது வரையில் நடந்ததை நான் கவனிக்கவே இல்லை. சூரிய கிரணத்தின் ஒற்றை ஈட்டி மாதா கோவில் சிகரத்தின் சிலுவையின் நெஞ்சில் பாய்வதைப் பார்த்துக் கொண்டே இருந்துவிட்டேன். சக்கரம் ஒன்றுக்கொன்று மோதிய பிறகுதான் பார்த்தேன்.

வண்டிக்காரர்கள் ஒருவருக்கொருவர் என் பக்கம் கை நீட்டி சாக்கடை பாசையை அளவிட்டு வைது கொண்டிருந்தார்கள். பக்கத்தில் இருந்த வண்டிக்காரர்கள் சிரித்து ரஸித்துக் கொண்டே இருந்தார்கள்! நல்ல வேளை! கை கலக்கவில்லை. இவ்வளவுக்கும் இடையிலே ஒரு வண்டிக்காரன் மட்டும் காரியத்தில் கண்ணாக இருந்து சிக்கலிலிருந்து வண்டியை விடுவித்து என் பக்கம் வேகமாய் ஓட்டி வந்தான்.

"மார்க்கெட்டு என்ன வாடகை?"

அவன் பதில் சொல்லவில்லை. திரும்பி அந்த வண்டியைப் பார்த்துக் கொண்டிருந்தான். அவன் செவுடு என்று நினைத்துக் கொண்டு உரத்த குரலில் மறுபடியும் வாடகை என்ன? என்றேன்.

அவன் அந்த வண்டியின் திக்கை நோக்கிக் கொண்டே பதில் கேள்வி போட்டான்.

'நமக்கு எந்த ஊருங்க?'

'தஞ்சாவூர்'.

'அப்படிங்களா, நம்ப மாப்பிள்ளை மகர்நோம்புச் சாவடி வீதியிலேதான் இருக்கான். ஒங்களுக்கு மகர் நோம்புச் சாவடிங்களா?'

நான் பதில் சொல்வதற்குள் அந்த வண்டி எங்கள் வண்டிக்கு ஐந்து கஜ தூரத்தில் வந்து விட்டது.

என் பதிலை அவன் எதிர்ப்பார்க்காமலே அப்பொழுது பேசினான்.

'மார்க்கெட்டுக்குங்களா? போக வரவா?'

'ஆமாம்.'

'ஒரு ரூபாய் கொடுங்கோ'

அதற்குள்ளே அந்த வண்டி பக்கத்தில் வந்து விட்டது. தண்ணீர்ப் பாம்பு மாதிரி கழுத்தை நீட்டி அந்த வண்டிக்காரன் 'எங்கே போகணும்?' என்றான்.

'மார்க்கெட்டுக்கு.'

'டே பேமானி! நான் வாடகை பேசுறேன். நாய் மாதிரி நடுவிலே வந்து ஏண்டா உளரே?' என்றான் முதல் வண்டிக்காரன்.

'கேட்டா என்னடா. ஒங்க அப்பன் ஊட்டு காணியாச்சியா? பேசினியோ பல்லை பல் டாக்டருக்கு அனுப்பிச்சு போடுவேன்.'

'சண்டை போடாதிங்கோ. நீ போ அப்பா. முதல்லே வந்த வண்டியிலேயே போரேன். ஒன்னோடே பேரம் பேசறது நியாயமில்லை.'

'நாயம் கீயங்கரேளே' என்றான் இரண்டாவது வண்டிக்காரன். 'சண்டை வந்தாலும் வந்துச்சு, ஒரு ரூபாய் அரிசியை இரண்டு ரூபாய்க்கு வாங்கறேன். காலணா வெண்டைக்காய் அரைப்பணத்துக்கு வாங்கறேன். சண்டைக்குப் போவுதாம் இதுங்களெல்லாம்.....அவன் ஒரு ரூபாய் கேட்டானா பதினாலு அணாக்கு வாரிங்களா?'

'ஒன் வண்டிலே வல்லேடா'

'பண்னெண்டு அணா'

'இனாமா ஏத்திக் கொண்டாலும் வரல்லே.'

'அந்த வண்டியிலேயே போங்க தர்மபுத்திரரே' என்று சொல்லி கண்ணை சிமிட்டி விட்டு குதிரையைத் தட்டிவிட்டான்.

'வாடகை சொல்லு' என்று முதல் வண்டிக்காரனை நோக்கித் திரும்பினேன்.

'என்னா சொல்றதுங்க. அவன் பேமானிப் பயலுங்க. போட்டிக்காக பன்னெண்டணாங்கறான். பன்னெண்டணாவுக்கு அஞ்சு புல்லு வாங்கலாம். அஞ்சு ஊருலே கொட்டை போட்டவன். என் கிட்டே அவனாலே முடியுமா? நான் அடிக்கமாட்டேன். வண்டிக்கு வண்டி மோதவிட்டு டணார் 'டணார்'. என் வண்டி வர்ணங்கூட பேராது. அவன் வண்டி அச்சு வளஞ்சு போகும் சாமி, அவ்வளவு வேலைக்காரப் பிள்ளை.'

'அது கிடக்கட்டும், வாடகை?'

'கஷ்டத்தைப் பார்த்து நீங்க சொல்லுங்கோ?'

'பன்னிரண்டு அணாவுக்கு மேலே நாகூர் சல்லி கூட தரமாட்டேன்.'

'கட்டாதுங்க. முதுகிலே அடியுங்க, வவுதிலே அடிக்காதீங்க.'

‘அதெல்லாம் இல்லே’

‘சரி--, ஏறு சாமி. நீங்க கூப்பிட்டப்போ அவசரமா வந்ததிலே கூண்டு பிஞ்சு போச்சே அதான் லாவம்.... ஏறுங்க, ஏறுங்க.’

போட்டி இல்லாவிட்டாலே உலகம் குட்டிச் சுவராகிவிடும். ருஜூ வேண்டுமா? அமெரிக்காவைப் பாருங்கள். மண்ணெண்ணை ராஜா, மோட்டார் ராஜா, அவர்கள் வைத்த விலைதான் சட்டம். போட்டியிருந்தால் இரண்டாவது வண்டிக்காரன் குறுக்கே ஒட்டியதன் லாபம் என்று வண்டியில் ஏறினேன். புது ஊரில் வண்டி வாடகையில் ஏமாறவில்லை என்ற எண்ணம் மனதில் அமைதியை நிரப்பிற்று.

மார்க்கெட்டுக்குப் போய் சாமான்கள் வாங்கிக் கொண்டு வந்து ஒரு கடையில் வைத்துவிட்டு காபிக் கிளப்பில் நுழைந்து காபி சாப்பிட்டுவிட்டு வெற்றிலை பாக்குக் கடையில் உல்லாஸமாய் வெற்றிலை போட்டுக் கொண்டிருந்தேன்.

ஐந்து நிமிஷத்திற்குப் பிறகு பின்புறமிருந்த டீக்கடையில் ‘நான்தான் கொடுப்பேன், நான் தான் கொடுப்பேன்’ என்று வற்புறுத்தும் குரல் கேட்டது. குரல் பழகியதைப் போலிருந்தது. திரும்பிப் பார்த்தேன். நம்ப குதிரை வண்டிக்காரன்! ஒரு கையில் டீ கோப்பை! எதிர்த்தாப் போல் இரண்டாம் வண்டிக்காரன்! அவன் கையிலும் ஒரு டீ கோப்பை!

எனக்கு தூக்கிவாரிப்போட்டது. மார்க்கெட்டுக்கு தெப்ப குளத்திலிருந்து போகவர வண்டிச் சத்தம் எவ்வளவு கொடுக்கிற வழக்கம் என்று கேட்டேன் வெற்றிலை பாக்குக் கடைக்காரரை.

‘ஆறாணா’ என்றார்.

திருடனைக் கண்டுபிடிக்கும் திருடனை ஏமாற்ற வண்டி மோதல், போட்டி வாடகை இப்படி எவ்வளவு நாடகம்

நடந்து விட்டது! நாடகத்தின் வெற்றிகரமான வசூலைக் கொண்டாட தேக்கச்சேரி! பின் ஏன் ஹாஸ்யம் நிறைந்தது உலகு என்று சொல்லக் கூடாது?

செவ்வாம்பல்

குற்றவாளிக் கூண்டில் நின்று கொண்டிருந்தவன் இளைஞன்: பத்தொன்பது வயதிற்கு மேல் இராது. ஆண் குயிலைப் போன்ற கருப்பு நிறம். மலையின் மேலுள்ள காட்டைப் போன்ற அடர்ந்த புருவத்தின் அடியில் குண்டூசியைப் போல் மின்னும் இரண்டு கண்கள். தேளின் விஷ ஊசியைப் போல் வாயருகில் வளைந்திருந்த இரு மீசைகள். சிங்கத்தின் கட்டுக்கொண்ட உடல்.

இவன் தான் ரகுநாத ராஜாளி. 'வாதி தரப்பு சாட்சிகள் சொல்வதைக் கேட்டாயே, நீ குற்றவாளியா அல்லவா?' என்றார் நீதிபதி.

'நான் கொன்றது உண்மை ஆனால் அது குற்றமல்ல. என் வரலாற்றை எழுதி வைத்திருக்கிறேன். அதைப் படித்துப் பார்த்தால் விளங்கும்.'

'நீயே படி'

ராஜாளி, பஞ்சாயத்தார் உட்கார்ந்திருந்த பக்கம் திரும்பிக் கொண்டு தெளிவான குரலில் படிக்க ஆரம்பித்தான்.

'நான் கொன்றேனே அந்த ஆள் எங்களூர் கிராம முன்சீப். நில புலம் கொஞ்சம் உண்டு. ஆனால் வரவுக்கு மிஞ்சிய செலவுக் காரர். குஷால் பேர் வழி. பெண்கள் விஷயத்தில் பணத்தைச் செலவு செய்து கொண்டே இருந்தால் எவ்வளவு பெரிய பண்ணையாயிருந்தாலும் என்ன?''

மார்ச்சு மாதத்திய வாய்தாப் பணம் கையில் துள்ளும் சமயம். வழக்கமான செலவொன்று முளைத்து அவரை நெருக்கிற்று.

ஆத்திரத்தில் பணத்தைச் சூறைவிட்டுத் தன் ஆசையைத் தீர்த்துக் கொண்டார்.

அந்தக் காலத்தில் நான் அவருடைய கையாள். கிராம முன்சீப் என்றால் எப்பொழுதுமே கிராமத்தில் யாராவது பகை இருக்கத்தான் செய்வார்கள். யாரோ ஒருவன், இவர் கிஸ்திப் பணத்தைக் கையாடியதைப் பற்றி தாசில்தாருக்குப் பொய்ப் பெயர் வைத்துக்கொண்டு எழுதி விட்டான் போலும்! வரும் சேவகன் வசம் தண்டல் கணக்கை அனுப்புவதுடன் உடனே கஜானாவில் பணம் செலுத்த வேண்டுமென்று தாசில்தாரிடமிருந்த தாக்கீது வந்தது.

அது வரையில் எனக்குத் தெரியும். அதற்குப் பிறகு நான் ஊருக்குப் போக நேரிட்டது. எனக்குத் தாயாரும், தகப்பனாரும், இரண்டு அண்ணன்மார்களும் இருக்கிறார்கள்.

இந்த சமயத்தில் கோர்ட்டிலிருந்த கூட்டத்தின் ஒரு மூலையில் ஏதோ பரபரப்பு உண்டாயிற்று. படிப்பதை நிறுத்தினான். பிறகு அது அடங்கி விட்டதென்று தெரிந்ததும் மேலே படித்தான்.

'எங்களுக்குத் தோல் வியாபாரம் கொஞ்சம் உண்டு. நிலக்கடலை நாட்களில் அதிலும் வியாபாரம் செய்வதுண்டு.'

அன்றைய தினம் என் அண்ணன் ஒரு வேலை இட்டார். இரண்டு வண்டி கடலை பதினைந்து மைல் தூரத்திலுள்ள கம்பெனிக்கு உடனே போக வேண்டியிருந்தது. வண்டியுடன் போய் கடலையை இறக்கிவிட்டு, முன்பனம் போக பாக்கிப் பணத்தை வாங்கி கொண்டு வரும்படி என்னை அண்ணன் அனுப்பினார்.

கடலையைப் போட்டுவிட்டு பணத்தைப் பெற்றுக் கொண்ட பொழுதுதான் முன்னிருட்டும் பின் நிலவும் என்ற ஞாபகம் வந்தது. எனவே ஒரு தூக்கம் போட்டுவிட்டு மற்றொரு ஆளுடன் நிலவு புறப்பட்ட ஒரு நாழிகைக்குத் திரும்பினேன்.

பின் நிலா மங்கலாக மூடிக் கொண்டிருந்தது. எட்டாவது மைல்கல் வரையில் வந்து விட்டோம். அங்கே ஒரு பர்லாங்கு வரையில் ரோட்டின் இரு புறமும் மரங்கள் செழிப்பாய் வளர்ந்து, தலைக்கு மேலே ஒன்றையொன்று தழுவி நின்றன. அதனால் அங்கே இந்த மங்கலான ஒளி கூட இல்லை. மைல் கல்லுக்கும் அடுத்த பர்லாங்குக் கல்லுக்கும் இடையில் ஒரு சிறிய பாலம். அதைத் தாண்டும் சமயம் திடீரென நான்கு நிழல்கள் குறுக்கிட்டன. நாங்கள் திகிலடைந்து நின்றோம்.

'கழட்டு-இருக்கிறதெல்லாம்' என்றது ஒரு கீச்சுக் குரல். என் கூட வந்த ஆள் ஓடி விட்டான். அதற்குள் என் கைகளை இருவர் பின்புறமாக இழுத்துப் பிடித்துக் கொண்டார்கள். திமிறி என்ன பயன்? கையை விட்டாலல்லவா பணத்தை எடுக்கலாம் என்றேன்.

'கள்ளனை நம்பாதே' என்றது மற்றொரு குரல், அடிவானத்தில் குமுறிப் புரளும் இடிபோலிருந்தது அக் குரல்.

கீச்சுக் குரல்காரன் என்னை சோதித்துப் பணத்தைப் பிடுங்கிக் கொண்டான். அத்துடன் நில்லாமல், 'ஓடு' என்றான். ஜாதிக் கள்ளனல்லவா? முறண்டிக் கொண்டு நின்றேன்.

'ஓடு என்றால் நிற்கிறாயா?' என்று யாரோ பின்புறத்திலிருந்து உதைத்தான்.

நான் பிறகு நிற்கவில்லை; நடையைக் கட்டினேன். அப்பொழு தெல்லாம் ஒரே நினைப்பு. 'கள்ளனை நம்பாதே' என்று சொன்ன குரல் எப்பொழுதோ அறிமுகமானது போலத் தோன்றிற்று. எங்களூர் பிள்ளையார் கோவில் வரையில் வந்துங் கூட அது நினைவுக்கு வரவில்லை.

ஆனால் என் அண்ணனும் ஓடின ஆளும் எதிரே வந்தார்கள். விஷயம் பரவிவிட்ட தென்பது உறுதியாகி விட்டது. இனி என்ன செய்வது என்று நினைத்துப் பலிக்கிடா போல் தலையை நட்டுக் கொண்டேன்.

'போகட்டும் போ, கிரகம் போதாது' என்று அண்ணன் சமாதானப் படுத்தினார்.

மறுநாள் போலீசுக்குப் புகார் செய்தார்கள். ஒரு மாதம் கழித்து, புலன் தெரியவில்லை என்று பதில் வந்தது. அதற்குப் பிறகு என் தகப்பனாரும் குடும்பத்தாரும் இதை சுத்தமாக மறந்து விட்டார்கள்.

ஆனால் நான் மட்டும் மறக்கவில்லை. மறக்க முடியவுமில்லை. கள்ளனை வழிப்பறி செய்து விட்டார்கள். அத்துடன் நிற்கவில்லை. ஒரு உதையும் கொடுத்தனுப்பி விட்டார்கள். கள்ள பிள்ளைக்கு வீரத்தை விட பெரிதென்ன இருக்கிறது? அடிபடுவதை விட என்ன அவமானமிருக்கிறது?

எப்படியோ ஒரு சந்தேகம் உண்டாயிற்று. இரண்டு மாதம் கழித்து, தாலுகா ஆபிசுக்குப் போய் முன்சீப் பணம் கட்டிய தேதியைப் பரிசோதித்தேன். நான் நினைத்தபடியே இருந்தது. அதாவது பணம் போன மறுநாள், சந்தேகம் வேரூன்றியது. இருந்தாலும் முன்சீப் பக்கத்தில் கடன் வாங்கிக் கொண்டிருக்கக் கூடுமல்லவா? விசாரித்துப் பார்த்தேன். ஒன்றும் தெரியவில்லை. சந்தேகம் சுணை மழுங்கிக் கொண்டிருந்த சமயம் என் தகப்பனார் என்னை ஒரு கேள்வி கேட்டார். 'ஏன் தம்பி! முன்சீப்தார் மேலே நீ ஏதேனும் தாசில்தாருக்குப் புகார் செய்ததுண்டா?'

எனக்கு திடுக்கென்றது.

'மதுரையான் சாட்சியாய் இல்லை. நான் கூட இருட்டிலே வழிப்பறி பண்ணுகிறவனா என்ன.... யார் சொன்னது?'

'யார் சொன்னால் என்ன' என்று தகப்பனார் பேச்சை விட்டு விட்டார். சந்தேகம் மறுபடி கிளைத்தது. அதற்காக முன்சீப் வீட்டுக்குப் போவதை நிறுத்தவில்லை. சொல்லப் போனால் இன்னும் அதிகமாகவே போக ஆரம்பித்தேன். முன்சீப் மட்டும் என்மீது சந்தேகப்படாதவர் போலவே நடந்து வந்தார்.

இந்த நிலையில் முன்சீப் மகனுக்கு பக்கத்துக் கிராமத்தில் கலியாணம் நடந்தது. நான் போயிருந்தேன்.

எனக்கு வியப்பாக இருந்தது.

முகூர்த்தம் முடிந்தது. அவன் மணப் பந்தலின் முன் வந்து நின்றுகொண்டு 'கால் கட்டு மாட்டிவிட்டால் கள்ளன் கூட கருத்தாயிருப்பான்; என்ன முன்சீப்தாரே' என்று பரிகாசம் கலந்த வாழ்த்தைக் கூறினான்.

அந்த நிமிஷத்தில் ஒரு மின்னல் என் நெஞ்சிற் பாய்ந்தது. ஒரு இருள் திரை அறுந்து விழுந்தது. பணம் போன இரவில் ‘கள்ளனை நம்பாதே' என்று சொன்ன குரல் இதுவே, சந்தேகமில்லை.

தாசில்தாருக்கு நான் ஏதோ புகார் செய்து விட்டதாக நினைத்து, முன்சீப்தார் பழி வாங்கிக் கொண்டான் என்று முடிவுக்கு வந்தேன். அவ்வளவு தான். அதற்குமேல் அரை நிமிஷம் கூட அங்கே தங்கவில்லை. ஊருக்குத் திரும்பி விட்டேன்.

அந்திமயங்கும் வேளை. ஊர் ஓரமாக, சாலை வழியாக வந்து கொண்டிருந்தேன். ஒரு புறத்தில் ஒரு குட்டை. அதில் செவ்வல்லி ரத்தத்தைப் போல் திட்டு திட்டாக முளைத்திருந்தது. மனத்திலிருந்த பளுவின் காரணமாக குட்டையின் கரையில் உட்கார்ந்து ஜலத்தில் காலைப் போட்டுத் துளாவிக் கொண்டிருந்தேன். அந்த வேகத்தில் ஒரு பூ ஒடிந்து நீரில் மிதந்தது. அலைகள் அதைச் சுற்றி விம்முவது போல் அசைந்தன.

மனதிலிருந்த பாரம் சட்டென பறந்துவிட்டது. வேறொரு தெளிவான எண்ணம் புகுந்தது.

அந்தி விளக்குகள் அங்கங்கு மின்னின. நான் வீட்டை அடைந்தேன்.

இரண்டு நாளுக்குப் பிறகு வீட்டில் என் கலியாணப் பேச்சாய் இருந்தது. யாரோ பெண் வீட்டார் வரப் போவதாகச் சொல்லிக் கொண்டிருந்தார்கள்.

அவர்கள் வருவதற்கு முன்பே ஒரு காரியம் செய்தேன், தாயிடம் எனக்கு இப்பொழுது கலியாணம் வேண்டாம் என்று கண்டிப்பாக சொன்னேன். அவள் ஆசேஷபித்து காரணம் கேட்டாள். என்னென்னவோ சொன்னாள். நான் காரணம் சொல்லாமல் பிடிவாதமாக மறுத்துவிட்டேன்.

பிறகு எங்கள் ஐயா சொல்லிப்பார்த்தார். அவருக்கும் மறுத்து விட்டேன்.

அன்று முதல் ஒரே நினைப்பு, ஒரே சந்தர்ப்பத்தை எதிர்பார்த்துக் கொண்டிருந்தேன். சரியாக ஒரு வருஷத்திற்குப் பிறகு அந்த சந்தர்ப்பம் வாய்த்தது.

அதே கிஸ்திக்காலம், மணி மத்தியானம் மூன்றிருக்கலாம். ஊரின் ஓரமாக உள்ள சாலை. அதில் வீடுகளே இல்லை. ஒருபுறம் முழுவதும் நஞ்சை வயல்கள், எதிர்புறத்தில், நடுவில் ஒரே ஒரு மாணவர் விடுதியும் அதன் இருபுறங்களிலும் வாழைத் தோட்டம். ஒரு வாழைத் தோட்டத்திற்குக் கிழக்கில் பள்ளிக்கூடம், மாணவர் விடுதிக்கு எதிர்த்தாப் போல் பழைய குட்டை. அதில் கோரையும் செவ்வல்லியும் மண்டிக் கிடந்தன.

வழக்கமாக முன்சீப் அந்த வழியாகத்தான் வீடு திரும்புவார். அன்று வாழைத் தோட்டத்தில் ஒளிந்து கொண்டிருந்தேன்.

மணியக்காரரர் காதில் வெள்ளைக் கடுக்கன் மின்ன, மீசையில் ஒரு கையைப் போட்டுக்கொண்டு ஒய்யாரமாக வீதியில் நடந்து வந்தார். தெரு மற்றபடி காலியாயிருந்தது. குட்டை அண்டை வந்ததும் ஒரே பாய்ச்சல் பாய்ந்தேன். 'கள்ளனுக்குக் கள்ளன் உண்டா' என்று கூவிக் கொண்டே கத்தியால் ஓங்கி குத்தினேன். ‘பாவி, என்று சொல்லிக்கொண்டே கீழே விழுந்தான். அதற்குள் கிராம வெட்டியான் வருவது தெரிந்தது.

நான் மாணவர் விடுதி வழியாக ஓடிப்போய், அதற்குப் பின்னிருந்த நாணல் புதர்களில் ஒளிந்து கொண்டேன்.

அந்த இடத்துக்கு வந்ததும் வெட்டியான் பெரிய கூச்சல் போட்டிருக்க வேண்டும். ஒளிந்து கொண்டிருந்ததினால் என் காதில் விழவில்லை. ஆனால் மாணவர் விடுதி சமையலறையில் இருந்து சமையல்காரர்கள் ரோட்டுப் புறம் ஓடியது மட்டும் என் கண்ணில் பட்டது. பின்னும் சில நிமிஷத்திற்குள் பெரிய கும்பல் சேர்ந்துவிட்ட சத்தம் எழுந்தது. சிறிது நேரம் வரை சத்தம் அங்கேயே கேட்டது. பிறகு கும்பலாக நாணல் புதரையும் வாழைத் தோட்டத்தையும் நோக்கி வருவது தெரிந்தது; அதாவது என்னை தேடுகிறார்கள் என்று பொருள். நான் நாணல் வழியாகக் கொஞ்சம் கொஞ்சமாக கிழக்கே நகர்ந்து சென்று பள்ளிக்கூடத்தை நோக்கிச் சென்றேன்.

பள்ளிக்கூடம் நடந்து கொண்டிருந்தபடியால் வெளியே ஒருவருமில்லை.

மேற்கிலிருந்து வந்த ஜனங்களின் ஆரவாரம் மட்டும் ஓயவில்லை. நான் உடனே பள்ளிக்கூடத்துக்கு அருகிலிருந்த தூங்கு மூஞ்சி மரத்தில் கத்தியும் கையுமாக அப்படியே ஏறி ஒரு கிளையில் படுத்துக் கொண்டேன்.

அரை மணியாயிற்று. கும்பல் சுற்றித் திரிந்துவிட்டு பள்ளிக் கூடத்திற்குள் நுழைந்தது. ஏராளமான கும்பல். பள்ளிக்கூடத்துப் பையன்கள் கூட ஒவ்வொருவராக வகுப்பைவிட்டு வெளியே வந்தார்கள். வாத்யார்களும் வந்துவிட்டார்கள். பள்ளிக்கூடத்தில் எல்லா இடத்தையும் தேடினார்கள். நான் தட்டுப்படவில்லை.

'ஆள் எங்கேயோ ஓடிப் போய்விட்டான்.' என்ற குரல்கள். 'இங்கேதான் இருப்பான்' என்றன வேறு குரல்கள்.

சிறிது நேரம் திகைப்படைந்து நின்றுவிட்டு கும்பல் கலைந்தது. இருபது முப்பது பேர் மட்டும் பள்ளிக்கூடத்தின் முன்புறம் நின்று கொண்டிருந்தார்கள்.

பையன்களெல்லாம் வகுப்புக்குள் திரும்பப் போய்விட்டார்கள். சேமக்கலத்தில் நாலு மணி அடித்தது. அப்பொழுது யாரோ ஒரு வாத்யார் நான் இருந்த மரத்தின் கீழ் போய்க் கொண்டிருந்தார்.

'ஐயா' என்று கூப்பிட்டேன். அவர் சுற்றுமுற்றும் பார்த்துவிட்டு யாரையும் காணோம் என்று நடந்தார்.

'ஐயா இங்கே மரத்துமேலே' என்றேன். அப்பொழுது தான் தலை நிமிர்ந்து என்னைப் பார்த்தார். அவருக்கு விஷயம் புரிந்துவிட்டது. 'போலீஸ் ஸ்டேஷனுக்குச் சொல்லி அனுப்புங்கள்' என்றேன்.

ஒரே ஓட்டமாய் பள்ளிக் கூடத்துக்குள் போய்விட்டார். உள்ளே போனவர் ஐந்து நிமிஷத்துக்குள் முன்புறம் வந்து, அந்தக் கும்பலில் ஏதோ சொல்லிக்கொண்டிருந்தார். உடனே அந்தக் கும்பல் நான் இருந்த மரத்தின் கீழ் வந்து கூடிவிட்டது.

'வாடா கீழே உரித்துவிடுகிறேன்' என்று கூச்சலிட்டது.

நான் பேசவில்லை. நான் இறங்கும் வழியாகத் தெரியவில்லை என்று நினைத்து ஒருவன் மரத்தில் ஏறினான்.

'கையில் என்ன, பார்' என்று அரிவாளைக் காட்டியதும் அவன் இறங்கி விட்டான்.

இன்னது செய்வதென்று தெரியாமல் கும்பல் கீழே நின்று கொண்டிருந்த சமயம் ஒரு ஜட்கா வந்தது. சப் இன்ஸ்பெக்டரும் இரண்டு போலீஸ்காரரும் துப்பாக்கி சகிதம் இறங்கினார்கள். கும்பல் அவர்களைச் சூழ்ந்து கொண்டது. சப் இன்ஸ்பெக்டர் மரத்தின் கீழ் வந்து நிமிர்ந்து பார்த்தார். ஒருக்கால் அவருக்கும் பயமோ என்னவோ!

'ஏய், முதல்லே கீழே கத்தியைப் போடு' என்றார்.

'நானே இறங்கி வரத்தான் போறேன்'

இதற்குள் சப் இன்ஸ்பெக்டர் வருவதைப் பார்த்துக் கொண்டு, போன கும்பலில் பாதிக்கு மேல் திரும்பிவிட்டது. ஒரே சத்தம்; வசவு. கும்பலைக் கண்டதும் அப்படியே இருந்தேன்.

'இறங்கேன்'

'இறங்குகிறேன். அந்தக் கும்பலை அப்பாலே போகச் சொல்லுங்கள். இல்லாவிட்டால் நான் கீழே வந்ததும் சுள்ளான் மாதிரி என்னை அது மொய்க்கும்'

சப் இன்ஸ்பெக்டர் கும்பலை ஒதுங்கச் சொன்னார். பள்ளிக்கூடத்து வாசலண்டை கும்பல் போய் விட்டது. அவரும் கான்ஸ்டேபிள்களும் மரத்துக்குப் பத்தடி தள்ளி நின்றார்கள். போலீஸ்காரர்கள கீழே குத்திட்டுப் பிடித்திருந்த துப்பாக்கியைக் கையில் எடுத்துக் கொண்டார்கள். சப் இன்ஸ்பெக்டர் அவர்களுக்கு என்ன உத்தரவு இட்டாரோ!

நான் விறு விறு என்று இறங்கி வந்து கத்தியை சப் இன்ஸ்பெக்டரிடம் நீட்டினேன்.

'நீ என்ன ரொம்ப நல்ல பிள்ளையாய் இருக்கிறாயே' என்றார்.

'நான் நல்ல பிள்ளைதான், இந்த முனிசீப்தான் கெட்டவன் ஆக்கிவிட்டார்.'

அதற்குள் ஒரு போலீஸ்காரன் வந்து எனக்குக் கை விலங்கு போட்டான். 'இது தேவையில்லை. நான் போக்கிரியா? கேடியா?' என்றேன்.

அவ்வளவுதான். பிறகு என்னை வண்டியிலேயே அழைத்துக் கொண்டு போனார்கள். சிவப்பு அல்லி மாதிரி தெருவில் சிந்திக் கிடந்த ரத்தம் எவ்வளவு அழகாயிருந்தது, தெரியுமா?

அதற்குப் பிறகு நடந்ததெல்லாம்தான் சாட்சிகள் சொன்னார்கள். அதற்கு முந்தி நடந்தது அவர்களுக்கென்ன தெரியும்?

தெரியும்? கள்ளன் கோபம் பொல்லாததுதான்.

வாக்குமூலம் முடிந்தது. ராஜாளியைக் கோர்ட்டிலிருந்த அவ்வளவு பேரும் ஏற இறங்கப் பார்த்தார்கள்.

நீதிபதியின் வேலை இப்பொழுது எளிதாகிவிட்டது. சுருக்கமாகக் குற்றத்தையும் சாட்சிகளையும் சட்டத்தையும் பற்றி பஞ்சாயத்தாரர்களுக்கு விளக்கிக் கூறிவிட்டு, அவர்களுடைய முடிவைக்கோரினார்.

பஞ்சாயத்தார் எழுந்திருந்து பக்கத்தறையில் நுழையும் சமயத்தில் கோர்ட்டில் நிறைந்திருந்த கும்பலில் ஒரு மூலையில் அமளி ஏற்பட்டது. போலீஸ் சார்ஜெண்ட் அதை சமாளித்து விட்டான்.

ஐந்து நிஷத்திற்குள் பஞ்சாயத்தார் திரும்பி வந்து தங்கள் இடத்தில் அமர்ந்தார்கள்.

‘என்ன அபிப்பிராயம்?’

‘ராஜாளி கொலை செய்ததாகவே ஏகமனதாக அபிப்பிராயம்’

உடனே நீதிபதி தன் தீர்ப்பைக் கூற ஆரம்பித்தார். சுறுக் கெழுத்துக்காரர் எழுதிக் கொண்டே வந்தார். கோர்ட்டிலிருந்த கும்பல் பரபரப்டைந்தது. தீர்ப்பு முடியும் தருணம்.

'இந்த நிலையில் நீ கொலைக் குற்றம் செய்ததாகவே நான் தீர்மானிக்கிறேன். பழி வாங்குவது ஒரு லக்ஷியமாகாது. ஆகையால் சட்டப்படிக்கு ஏற்பட்டுள்ள தூக்குமரத் தண்டனை விதிப்பதைத் தவிர வேறு வழியில்லை. அந்த தண்டனை விதிக்கிறேன்' என்று முடித்தார். வெள்ளம் மிகுந்த ஆற்றின் கரை உடைந்து தண்ணீர் ஆரவாரத்தோடு வருவது போல் யாரோ ஒரு கிழவி திமிறிக் கொண்டு குற்றவாளிக்

கூட்டண்டை வந்து ஓலமிட்டாள், சார்ஜெண்டும் போலீஸ்காரர்களும் அவளை வந்து வலிய இழுத்துச் சென்றார்கள்.

'ஐயோ! இதை நெனச்சா கலியாணம் வேண்டாமின்னே பாவி' என்று புலம்பினாள் அவள்.

'அவன் ஆயாளாமல்ல' என்று கும்பலில் பேசிக் கொண்டிருந்தார்கள். ராஜாளி எவ்வித கலக்கமும் அடையவில்லை, புன்னகையுடன் போலீஸ்காரனைத் தொடர்ந்து கோர்ட்டுக்கு வெளியே சென்றான்.

★★★